चिंता मुक्ती

चिंता मुक्ती – निश्चिंत जीवन कसं जगाल

© Tejgyan Global Foundation

All Rights Reserved 2016.
Tejgyan Global Foundation is a charitable organisation having its headquarter in Pune, India.

सर्वाधिकार सुरक्षित
'वॉव पब्लिशिंग्ज् प्रा. लि.'द्वारे प्रकाशित हे पुस्तक अशा अटीवर विकण्यात येत आहे, की प्रकाशकाच्या लेखी पूर्वअनुमतीविना ते व्यापाराच्या दृष्टीने अथवा अन्य प्रकारे उसने, भाड्याने अथवा विकत अन्य कोणत्याही प्रकारच्या बांधणीत अथवा अन्य मुखपृष्ठासह देता येणार नाही; तसेच अशाच प्रकारच्या अटी नंतरच्या ग्राहकावर बंधनकारक न करता आणि वर उल्लेखिलेल्या कॉपीराइटपुरत्या मर्यादित न ठेवता या पुस्तकाच्या कोणत्याही स्वरूपाच्या विनिमयास, तसेच कॉपीराइटधारक व वर उल्लेखिलेले प्रकाशक दोघांच्याही लेखी पूर्वअनुमतीविना इलेक्ट्रॉनिक, मेकॅनिकल, फोटोकॉपी, रेकॉर्डिंग इत्यादी प्रकारे या पुस्तकाचा कोणताही अंश पुनःप्रस्तुत करण्यास, जवळ बाळगण्यास अथवा सुधारित स्वरूपात प्रस्तुत करण्यास मनाई आहे.

ISBN : 9788184154849

प्रकाशक : वॉव पब्लिशिंग्ज् प्रा. लि., पुणे
प्रथम आवृत्ती : मे २०१६

'चिंता से मुक्ति' या मूळ हिंदी पुस्तकाचा मराठी अनुवाद

Chinta Mukti - Nishchinta Jeevan Kasa Jagal
By **Sirshree** Tejparkhi

अनुक्रमणिका

प्रस्तावना	एक समस्या वीस उपाय चार उत्तरं – चार अवस्था	५
समस्या	सैतानाचा तुरुंग व्याकूळ कैदी	६
उपाय १	चिंतामुक्तीचा अदृश्य उपाय प्रार्थना –सर्वोच्च शक्ती	७
उपाय २	चिंतामुक्तीचा गहन उपाय चिंतेची चिंता करू नका	१०
उपाय ३	चिंतामुक्तीचा प्रथम उपाय एका तासामध्ये चिंतेशी सामना	१२
उपाय ४	चिंतामुक्तीचा दुसरा उपाय ईश्वराचा शोध, का रोज	१४
उपाय ५	चिंतामुक्तीचा तिसरा उपाय तीन प्रश्न, तीन पावलं (एक फॉर्म्युला)	१५
उपाय ६	चिंतामुक्तीचा वास्तविक उपाय तथ्यात सत्य	१७
उपाय ७	चिंतामुक्तीचा अतार्किक उपाय आपल्या चिंतांवर हसायला शिका	१९
उपाय ८	चिंतामुक्तीचा सामान्य बुद्धियुक्त उपाय विवेकयुक्त विचार	२०

उपाय ९	**चिंतामुक्तीचा सतर्क उपाय** आत्मविकासाच्या संकल्पाद्वारे चिंतेवर विजय	२२
उपाय १०	**चिंतामुक्तीचा आधुनिक उपाय** भूतकाळ आणि भविष्यकाळापासून सावधान, बारा राशींचे बना	२४
उपाय ११	**चिंतामुक्तीचा सामाजिक उपाय** सर्वोत्तम उपाय	२६
उपाय १२	**चिंतामुक्तीचा सकारात्मक उपाय** चिंता – चिंतन – मनन	२९
उपाय १३	**चिंतामुक्ती : मंत्र** दोहोंमध्ये विभागलेलं विश्व	३२
उपाय १४	**चिंतामुक्तीचा जागृत उपाय** घटनांविषयी जागृती	३५
उपाय १५	**चिंतामुक्तीचा वैज्ञानिक उपाय** सहज मनानं काम करा	३९
उपाय १६	**चिंतामुक्तीचा स्वस्त उपाय** पैशाच्या समस्येचं खरं कारण	४१
उपाय १७	**चिंतामुक्तीचा आंतरिक उपाय** ध्यानाची दौलत	४४
उपाय १८	**चिंतामुक्तीचा तात्कालिक उपाय** एक मंत्र आणि एक समज अंगीकार	४७
उपाय १९	**चिंतामुक्तीचा प्रार्थनामय उपाय** प्रार्थना एक अद्भुत शक्ती	५२
उपाय २०	**चिंतामुक्तीचा अंतिम उपाय** आपल्या चिंता वाढवा	५४

प्रस्तावना

एक समस्या वीस उपाय

चार उत्तरं – चार अवस्था

चिंतेपासून मुक्ती कशी मिळेल? या प्रश्नाची चार उत्तरं आहेत, त्यातील कोणतं उत्तर तुम्हाला आवडेल?

पहिलं उत्तर : चिंतेशी सामना करायला शिका.

दुसरं उत्तर : सर्वप्रथम चिंतेची चिंता करणं पूर्णपणे थांबवा.

तिसरं उत्तर : चिंतेला आपल्या विकासाची शिडी बनवा.

चौथं उत्तर : तुमच्या चिंतेचा परीघ इतका वाढवा, जेणेकरून संपूर्ण विश्वाची चिंता तुम्ही कराल.

वरीलपैकी कोणतं उत्तर तुम्हाला आवडेल? तुमच्या आवडीवरूनच तुमची अवस्था लक्षात येते. जर वरीलपैकी एकही उत्तर तुम्हाला आवडलं नसेल, तर हे पुस्तक तुमच्यासाठी नाही.

जर तुम्हाला यातलं पहिलं उत्तर आवडलं असेल, तर या पुस्तकाद्वारे तुम्हाला साहस मिळेल.

जर, दुसरं उत्तर आवडलं, तर प्रस्तुत पुस्तकातून तुम्हाला चिंतेचा गर्भितार्थ लक्षात येऊन तुम्ही त्यातून मुक्त व्हाल.

जर, तुम्हाला तिसरं उत्तर आवडलं असेल, तर याचाच अर्थ, तुम्ही चिंतेपासून मुक्त होण्यासाठी तयार झाला आहात.

आणि तुम्हाला शेवटचं म्हणजे चौथं उत्तर आवडलं असेल, तर प्रस्तुत पुस्तकाद्वारे तेजज्ञानाच्या प्राप्तीची प्रेरणा मिळेल.

चिता आणि चिंता यांमध्ये केवळ एका अनुस्वाराचा फरक आहे. पण त्यांचा अर्थ मात्र वेगवेगळा आहे, तो असा-

– 'चिता' माणसाला मरणोत्तर मिळते. ज्याला जीवनाचा अंत म्हटलं जातं.
– 'चिंता' माणसाला जन्मानंतर प्राप्त होते. ज्याला जीवनाचा प्रारंभ असं म्हटलं जातं. या चिंतेमुळेच माणूस प्रत्येक क्षणी मृत्युचा अनुभव घेत असतो.

कारण 'चिंता' या दोन अक्षरी शब्दांमध्ये गुंतून माणूस क्षणोक्षणी मिळणाऱ्या आनंदापासून वंचित राहतो. म्हणून आता वेळ आली आहे, आपलं ध्येय निश्चित करण्याची. त्यासाठी हे पुस्तक चार वेळा वाचा आणि एका समस्येवर वीस उपाय प्राप्त करा.

समस्या

सैतानाचा तुरुंग

व्याकूळ कैदी

ही कहाणी आहे एका व्याकूळ कैद्याची, ज्याचं जीवन सैतानाच्या तुरुंगात कैद झालंय. या सैतानाकडे असलेल्या विविध हत्यारांच्या साहाय्यानं तो लोकांना मारहाण करतो, प्रसंगी त्यांना यमसदनीदेखील पाठवतो. ही हत्यारं म्हणजे भीती, तिरस्कार, द्वेष, ईर्षा, अपराध बोध, अहंकार, क्रोध, निराशा, असफलता इत्यादी. शिवाय आणखी एक अचूक शस्त्रंही आहे...

एके दिवशी त्या सैतानाचे सेवक खूपच त्रासून, निराश होऊन परतले आणि सैतानाला म्हणाले, ''आजकाल लोकांवर आपल्या हत्यारांचा काहीही परिणाम होत नाही. त्यांना पकडण्यासाठी, मारण्यासाठी निरनिराळ्या हत्यारांचा वापर केला तरी ते त्यातून सहीसलामत सुटतात. आता, त्यांना चितेवर चढवण्यासाठी काय उपाय करावा, हे तुम्हीच सांगा.''

त्यावर सैतान म्हणाला, ''ज्या स्थानावर तुम्ही लोकांना घेऊन जाऊ इच्छिता त्यावर केवळ एक अनुस्वार द्या. मग कुठल्याही प्रयत्नांशिवाय, लोक विनासायास चितेच्या अधीन होऊ लागतील.''

त्यानंतर सैतानानं आपल्या तुरुंगातून त्या व्याकूळ कैद्याला बाहेर काढलं आणि सेवकांच्या हवाली केलं. तो व्याकूळ कैदी म्हणजेच 'चिंता' होय. त्या दिवसापासून सैतानाचे सेवक चिंतेच्या साहाय्यानं मनुष्याची चिता रचू लागले, अगदी आजतागायत! तुमच्यासाठीदेखील ते अशीच व्यवस्था तर करत नाहीये ना? याचा नीट विचार करा.

तुम्ही स्वतःच्या जीवनात चिंतेला एका मोहरीच्या दाण्याइतकं महत्त्व दिलंय का?

या प्रश्नाचं उत्तर 'हो' असं असेल, तर मग जीवनात राईचा पर्वत होण्यासाठी असा कितीसा वेळ लागणार...? त्यामुळं लोक कणाकणानं झिजून मृत्यू पावतात... तुम्हाला जर असं कणाकणानं मरण्याची इच्छा नसेल तर प्रस्तुत पुस्तकातून तुम्हाला जणू जीवनदान मिळेल... चिंतेपासून चितेपर्यंतच्या प्रवासातून स्वतःचा बचाव करायचा असेल तर हे पुस्तक तुमच्यासाठी चिंतनरूपी पूलासारखं कार्य करेल... तुम्हाला सैतानाच्या कैदेतून मुक्ती मिळवायची असेल, तर हे पुस्तक तुम्हाला योग्य मार्गदर्शन करून, तुमच्या ध्येयापर्यंत पोहोचवेल... तुम्हाला जर व्याकूळतेतून मुक्त होऊन सफलता प्राप्त करायची, असेल तर हे पुस्तक तुमच्यासाठी सफलतेचं पहिलं पाऊल ठरेल.

उपाय १

चिंतामुक्तीचा अदृश्य उपाय

प्रार्थना –सर्वोच्च शक्ती

प्रार्थना एक अवस्था आहे, प्रसाद ग्रहण करण्याचं आसन आहे, ईश्वराकडे आपले भाव प्रकट करण्याचं, ईश्वराशी वार्तालाप करण्याचं एक साधन आहे. निसर्गात प्रत्येक गोष्ट उपलब्ध आहे, तद्वतच कित्येक प्रकारचे लोकदेखील आहेत. ज्या मनोशरीरयंत्राला ज्या गोष्टीची गरज आहे, ती त्याच्याकडे आकर्षित होते. आपल्याला जी गोष्ट प्राप्त करायची आहे, ती प्राप्त करण्यासाठी आपली जी अवस्था असायला हवी, प्रार्थनेनं ती अवस्था निर्माण होते आणि ती गोष्ट आपल्याला मिळते. आपल्याला जे हवंय ते कसं प्राप्त करावं, या प्रश्नाचं उत्तर म्हणजेच प्रार्थना!

मनुष्याची पहिली इच्छा, सत्याची तृष्णा, दुःखावरील इलाजांचा शोध या गोष्टींमुळे प्रार्थनेची सुरुवात झाली. माणसाला एखाद्या गोष्टीचं दुःख सतावू लागतं, त्यावेळी तो हे दुःख कसं दूर करता येईल, यावर काय उपाय आहे, अशी एखादी शक्ती आहे का जी हे दुःख दूर करू शकेल, असे विचार त्याच्या मनात निर्माण होतात. मग हेच विचार, त्यातील भाव आणि शब्द प्रार्थनेचं रूप धारण करतात. त्यानंतर त्याच्या लक्षात येतं, त्याच्याद्वारे जे काही भाव प्रकट झाले, असे काही शब्द मुखातून निघाले जेणेकरून त्याची समस्या संपुष्टात आली. याचाच अर्थ, ते शब्द आणि त्यांमागील भाव यांनी प्रार्थनेचं रूप धारण केलं. ती आर्त सादच, 'प्रार्थना' बनली.

समजा, आपल्या जीवनात एखादं संकट आलं, एखादी चिंता सतावू लागली, तर समस्या येण्यापूर्वीच त्यावरील इलाजदेखील आपल्याला दिलेला आहे, हे लक्षात घ्यायला हवं. जसं, मूल जन्माला येण्याआधी निसर्गाने त्याच्या दुधाची व्यवस्था केलेली असते. त्याचप्रमाणे समस्येवरील उपायदेखील आपल्या अंतरंगातच असतो. गरज असते, ती केवळ तो शोधण्याची. प्रार्थना ते समाधान शोधण्यासाठी आपल्याला साहाय्य करते.

प्रार्थना ही विश्वातील सर्वोच्च शक्ती असून ती माणसाला समस्या येण्यापूर्वीच दिली गेली आहे. पण मनुष्य मात्र अहंकाराच्या आहारी जाऊन या महाशक्तीचा लाभ न

घेण्याची मोठी चूक करतो. वास्तविक प्रार्थनेमध्ये खूप ताकद आहे. ती चिंतेच्या चितेलादेखील थंड करते. तद्वतच कठीण पाषाणाचंदेखील मऊ मेणात रूपांतरण करू शकते. ती जोरदार वादळालाही शांत करू शकते. तसंच बुडत्या नावेलादेखील सुखरूप किनाऱ्यावर आणू शकते. प्रार्थनेनं केवळ इच्छापूर्तीच नव्हे, तर इच्छामुक्तीही साध्य होते. आपल्या चिंता परमेश्वराच्या हाती सोपवा. त्यानंतर परमेश्वरानं त्या योग्य रीतीनं सोडवल्या आहेत, असा विचार करा. हा उपाय आपल्या प्रार्थना, आपले विचार विश्वातील कानाकोपऱ्यात पोहोचवून आपल्यासाठी इच्छापूर्तीचा मार्ग बनतो.

सर्वांत सोपी प्रार्थना

एक शेतकरी दररोज प्रार्थना करत असे. तो नेहमी पुस्तक वाचून वेगवेगळ्या प्रार्थना करत असे. शिवाय हा त्याचा नित्याचाच परिपाठ झाला होता. यात कधीही खंड पडत नसे. एके दिवशी तो आपल्या गावाहून जवळच्या शहराकडे निघाला. वाटेत त्याला प्रार्थनेची आठवण झाली. प्रार्थना करण्यासाठी पुस्तक हवं होतं म्हणून त्याच्याकडे असलेल्या पिशवीत ते पुस्तक शोधू लागला. परंतु पुस्तक त्या पिशवीत नव्हतं. तो ते घ्यायलाच विसरला होता. आता त्यानं प्रार्थना केली, ती अशी – ''हे ईश्वरा, माझी स्मरणशक्ती कमी आहे, म्हणून मी दररोज जी प्रार्थना करतो ती माझ्या लक्षात नाही. परंतु तुला तर त्या नक्कीच आठवत असतील. आता मी 'क, ख, ग, घ... य' ही वर्णमाला उच्चारतो. त्यातून योग्य ते वर्ण घेऊन तूच प्रार्थना तयार कर.''

असं म्हणून त्यानं ती वर्णमाला तीन वेळा उच्चारली. हे ऐकून ईश्वर आपल्या दूताला म्हणाला, ''आजपर्यंत माझ्याकडे असंख्य प्रार्थना आल्या. परंतु आज मात्र सर्वांत चांगली प्रार्थना आली आहे.'' यावरून प्रार्थनेमध्ये शब्द महत्त्वाचे नसून त्यांमागील भाव महत्त्वाचा असतो. त्यातील आर्तता महत्त्वपूर्ण असते, हे आपल्याला समजतं.

आपल्यापेक्षा जो उच्चस्थानी आहे, उच्चतम आहे, त्यालाच प्रार्थना करावी. जो आपल्यापेक्षा उच्च स्तरावर आहे, त्याला प्रार्थना करण्यानं तुम्हीदेखील तेथे पोहोचण्याची शक्यता निर्माण होते. तुम्ही जीवनात ज्यांना आदराचं स्थान देता, महान मानता त्यांनाच प्रार्थना करावी. उदाहरणार्थ, सेल्फ, सत्य, साक्षी, ईश्वर, गुरू, निसर्ग, अस्तित्व, स्वतःचं अंतःकरण, शक्ती, पार्वती, मायापती (ज्यानं माया निर्माण केली तो), आदिनारायण (जो नारायणाच्या आधीदेखील होता), लक्ष्मीनारायण, गॉड ॲट रेस्ट इत्यादी. 'ही उच्चतम गोष्ट असल्याने ती माझ्यासाठी काम करू शकते' असा विश्वास ज्यांच्याबद्दल आहे त्यांना तुम्ही प्रार्थना करू शकता.

आपली दिनचर्या सुरू करण्यापूर्वी पुढील प्रार्थना करा :
''हे ईश्वरा, मी कोणत्या गोष्टी बदलू शकतो आणि कोणत्या बदलू शकत नाही,
याची समज मला प्रदान कर.
ज्या गोष्टी मी बदलू शकतो, त्या बदलण्याची शक्ती मला दे आणि
ज्या बदलू शकत नाही त्या सहन करण्याची शक्ती दे, धीर दे.'
''हे ईश्वरा, मला केवळ तुझं प्रेम आणि आशीर्वाद दे.
प्रेम आणि आशीर्वाद यांव्यतिरिक्त काहीही देऊ नकोस.
कारण तुझं प्रेम आणि आशीर्वाद मिळाल्यानंतर
इतर गोष्टी मला आपोआप मिळतीलच.''

उपाय २

चिंतामुक्तीचा गहन उपाय

चिंतेची चिंता करू नका

चिंतेची चिंता हीच खरी चिंता आहे, अन्यथा चिंता ही चिंता नाहीच. मनुष्य दुहेरी चिंतेमुळे अस्वस्थ होतो. दुहेरी चिंता म्हणजे कोणत्या तरी कारणामुळे आपण चिंतित आहात ही पहिली चिंता आणि 'मी चिंतित का आहे?' ही दुसरी चिंता. अशाप्रकारे आपण दुहेरी चिंतेचे शिकार होतो. उदाहरणार्थ, शरीराला एखादी व्याधी आहे याचं एक दुःख आणि त्यावर मन सतत म्हणत राहतं, "हे जे दुःख आहे, ते का आहे? मलाच का आहे? केव्हा या वेदना संपणार?" असा विचार केल्याने शरीराचं दुःख दहापट वाढतं. आपल्या शरीराला त्रास होता. वास्तविक त्या आजारावर औषध चालू होतं, निसर्ग स्वतःच त्याला बरं करत होता, परंतु मनानं त्याला 'माझं' दुःख बनवून ते दहापट वाढवलं.

ही गोष्ट आणखी एका उदाहरणानं समजून घेऊया. समजा, आपल्याला राग आला आहे, यात कोणताही त्रास नसतो. मुलं जशी रागावतात आणि दुसऱ्याच क्षणी शांतपणे खेळतात. पण मोठी माणसं असं करू शकतात का? कारण आपण सतत याच गोष्टीचा विचार करत राहतो, मला राग का आला? मला राग यायला नको... मला माझ्या रागावर संयम ठेवता यायला हवा होता. अशाप्रकारे प्रसंग घडून गेल्यानंतरही कितीतरी तास मनात विचारांच काहूर माजलेलं असतं, मन अस्वस्थ राहतं. क्रोधावर क्रोध किंवा चिंतेवर जी चिंता होते, ती मनाला अस्वस्थ करते. पण जसजशी समज मिळेल तसतसं आपण दुहेरी चिंतेपासून मुक्ती मिळवतो.

समज ही ठेवायची आहे, की एखाद्या कारणामुळं आपल्याला चिंता वाटत असेल तर ती चिंता आपलं मन आणि शरीर यांच्याकडून काही काम करून घेण्यासाठी आली आहे. चिंता किंवा भय यांच्यामुळे जे काम होणार आहे ते आपल्यासाठी पुढे मार्गदर्शनाची दिशा ठरेल. या संधीचा आपण जरूर फायदा घ्या म्हणजे पुन्हा चिंतेची चिंता, भयाचं भय, दुःखाचं दुःख होणं बंद होईल.

यापुढे जेव्हा कधी आपल्याला ताण-तणाव येईल तेव्हा खालील पाच उपाय करून बघा.

१. सर्वप्रथम त्या तणावाचा स्वीकार करा.
२. जो तणाव आला आहे, त्यावर तणाव घेण्याची कोणतीही गरज नाही. कारण तणावावर तणाव केवळ अज्ञानामुळे होतो.
३. तणावावर होणारा तणाव नसेल तर तणाव दूर करणं सहज होतं.
४. आता ही समज मनात बाळगा, ''या तणावामुळे माझ्या आयुष्यात काही तरी परिवर्तन होणार आहे, जे परिवर्तन माझ्या प्रगतीसाठी मदतच करेल.''
५. काही वेळानं, जेव्हा हा तणाव संपेल तेव्हा तो आपल्याला एक समज देऊन जाईल जी आपल्याला नेहमीसाठी, तणावामध्ये शांत राहण्याची कला शिकवेल.

वरील पाच उपायांचा प्रयोग आपण चिंता, भय आणि क्रोध यांसाठीसुद्धा करू शकता.

उपाय ३
चिंतामुक्तीचा प्रथम उपाय
एका तासामध्ये चिंतेशी सामना

Face the worry & there is no hurry

आपण शरीरस्वास्थ्यासाठी, ईश्वरावर श्रद्धा म्हणून किंवा ईश्वराच्या भयापोटी खूप उपवास करतो. सर्वसाधारणपणे माणूस शरीराविषयी खूप विचार करतो. उदाहरणार्थ, आलं, कांदा, लसूण या गोष्टी खाव्यात की खाऊ नयेत. उपवासाच्या दिवशी काही पदार्थ खावेत अथवा खाऊ नयेत. प्रत्येकाच्या शरीरप्रकृतीनुसार काही पदार्थ हानिकारक असू शकतात. म्हणून यांवर विचार करायला हवा. पण हे दुय्यम आहे. मग प्रश्न असा निर्माण होतो, की मनुष्यानं कोणत्या गोष्टींना प्राधान्य द्यायला हवं?

चोवीस तास आपल्या मनामध्ये कोणते विचार असतात? ते सकारात्मक असतात की नकारात्मक? कारण या विचारांचाच तुमच्या जीवनावर परिणाम होत असतो. या विचारांनुसारच आपल्या जीवनात वेगवेगळ्या घटना घडतात. म्हणून प्रत्येकानं आपल्या विचारांविषयी सजग असायला हवं. आजपर्यंत आपण चिंतेशी संघर्ष करणं किंवा तिच्यापासून दूर पळणं या दोन गोष्टीच करत आलो. परंतु आता चिंतेचा सामना करायला शिकायचं आहे. कसं ते पुढील उदाहरणाद्वारे समजून घेऊया:

आपल्याला चिंतेचा उपवास करायचा आहे. म्हणजेच चिंतेला आपल्या आजूबाजूला अजिबात फिरकू द्यायचं नाही. हा उपवास सुरू करण्यासाठी दिवसातला एक तास निश्चित करा, मग त्या एका तासामध्ये कितीही भयानक घटना घडल्या, कितीही तुटलं-फुटलं, कोणी काहीही बातमी सांगितली, तरीसुद्धा आपला चिंतेचा उपवास चालू आहे, हे लक्षात घ्या. जसं :-

...... कोणी येऊन सांगेल, ''गोदाम जळून गेलं?''

...... तेव्हा त्याला सांगा, ''बरं मग? मला काय त्याचं?''

...... मग तो म्हणेल, ''अरे, तुझं गोदाम जळून गेलं.''

...... तेव्हा म्हणा, ''ठीक आहे, तुला काय करायचं?''

(सांगण्याचा अर्थ हाच, की कोणत्याही गोष्टीसाठी आपण या एक तासामध्ये अस्वस्थ, त्रस्त व्हायचं नाही.)

प्रत्येकासाठी हा एक तास वेगवेगळा असेल. आपण आपल्या सोयीनं हा एक तास निवडा. काही लोक सकाळच्या वेळेत खूप घाईत असतात. कामावर जाण्यासाठी तयार होणं, घरातून लवकर निघायचंय, मुलांना शाळेत जाण्यासाठी तयार करणं, नाश्ता, टेलिफोनची घंटी वाजत आहे, स्वयंपाक करणं वगैरे. अशा लोकांनी सकाळचा वेळ निश्चित करावा.

काही लोकांची सकाळ, दुपार, संध्याकाळ किंवा संपूर्ण दिवसच खूप तणावामध्ये म्हणजेच चिंता करण्यात जातो. तेव्हा ऑफिसमध्ये कोणतीही एक वेळ निश्चित करून ते चिंतेचा उपवास करू शकतात.

काही लोकांचा घरी आल्यावर मोठ्या कष्टानं वेळ जातो, ते कंटाळतात. अशा वेळेस आपल्या अशांत, अस्वस्थ मनाला कोठेतरी गुंतवण्याच्या प्रयत्नात असतात. म्हणजे टीव्ही बघणं, मित्राकडे जाणं किंवा नशा-पाणी करणं वगैरे. परिणामी कारणाशिवाय चिंतेला आमंत्रित करतात. हा चिंतेचा उपाय नसून चिंता वाढवायचाच उद्योग आहे म्हणून चिंतेचा सामना करा, तिच्यापासून पलायन करू नका. कारण हा एक ताससुद्धा आपल्या जीवनाचा मौल्यवान भाग आहे. या एका तासाचा चांगला उपयोग करा.

हा आहे चिंतेच्या उपवासाचा एक तास! या एका तासात जगात काहीही झालं तरी मला चिंता करायची नाही, शांत डोक्यानं या एका तासात मी काम करीन, हा संकल्प करायचा आहे. हा प्रयोग दररोज अमलात आणल्यानं आपण चिंतेवर नियंत्रण आणू शकतो. अशा प्रकारे आपण आपल्या जीवनामध्ये याचा लाभ घ्या. या एका तासानंतर आपण हवं तितकं रडू-ओरडू शकतो. मात्र या एका तासात जग इकडचं तिकडे झालं तरी आपण अजिबात चिंता करायची नाही. एकदा का आपल्याला चिंतामुक्त आयुष्याचा स्वाद (आनंद) मिळाला तर चिंतेपासून मुक्त होण्यासाठी आपल्याला कोणीही रोखू शकणार नाही.

उपाय ४

चिंतामुक्तीचा दुसरा उपाय

ईश्वराचा शोध, का रोज

चिंतेबाबत संवेदनशून्य होणं

ज्या कारणामुळे किंवा घटनेमुळे चिंता वाटते, त्याचा वारंवार सामना केल्यानं चिंतेचा प्रभाव कमी होतो. चिंतेबाबतही अशीच संवेदनशून्य अवस्था येते. आधी आपण चिंता न करण्याचा उपवास एक तास करत होता. पण आता हा उपवास सकाळी एक तास आणि संध्याकाळी एक तास करा. म्हणजेच हे दोन तास चिंतेविरुद्ध युद्ध पुकारुन, चिंतामुक्त अवस्थेत घालवायचे आहे. त्यानंतर हा उपवास दीड तासांचा करा. अशा प्रकारे हा कालावधी हळूहळू वाढवत जाऊन एका तासानंतर दोन तास, दोन तासांनंतर तीन, तिनाचे चार... अशाप्रकारे आपल्यामध्ये दृढ विश्वास निर्माण होईल, जेणेकरून आपण आयुष्यात कधीही चिंताग्रस्त होणार नाही. शिवाय आपण आपल्या चिंतांशी सामना करू शकाल. आपण संपूर्ण दिवस चिंताशून्य अवस्थेत तर राहालच पण चिंतेच्या बाबतीतही संवेदनशून्य व्हाल.

संवेदनशून्य होणं म्हणजे आपल्याला एकच गोष्ट वारंवार करायची आहे. प्रत्येकवेळी केलेल्या प्रयोगामध्ये 'चिंता' हळूहळू नष्ट होत आहे, हे लक्षात येईल. उदाहरणार्थ, आपल्या हातापायाचे तळवे बाकी त्वचेपेक्षा जास्त संवेदनशून्य आहेत. कारण वारंवार दगड, जमीन, फरशी यांच्याशी संबंध येऊन ते एकदम मजबूत होतात. हाच सिद्धान्त आपल्याला चिंतेबाबतीतही उपयोगात आणायचा आहे. त्यानंतर चिंता आपल्याला चिंता न वाटता खेळ वाटू लागतील.

उपाय ५

चिंतामुक्तीचा तिसरा उपाय

तीन प्रश्न, तीन पावलं (एक फॉर्म्युला)

तीन प्रश्न, जे चिंतेचा मृत्यू आहे

चिंता आल्यानंतर स्वतःला पुढील तीन प्रश्न जरूर विचारा. ज्यायोगे तीन महत्त्वपूर्ण गोष्टी लक्षात येतील.

प्रश्न १ : तुम्ही आतापर्यंत ज्या गोष्टींबाबत चिंता केली आहे, त्या सगळ्या घटना तुमच्या आयुष्यात घडल्या आहेत का?

उत्तर : नाही, परंतु त्यांतील काही घटना तर अवश्य घडल्या, ज्यांचा आम्ही विचार केला होता.

प्रश्न २ : ज्या घटना घडल्या आहेत, त्या तितक्याच भयानक होत्या का, जेवढ्या तुम्ही कल्पना केल्या होत्या?

उत्तर : नाही, सगळ्या चिंता तितक्या भयानक नव्हत्या पण त्यातील काही खरोखरच भयंकर होत्या.

प्रश्न ३ : ज्या काही एक-दोन भयानक घटना घडल्या त्यांचा तुम्ही सामना करू शकला की नाही?

उत्तर : हो. त्यांच्याशी आम्ही सामना करू शकलो.

निष्कर्ष : समजा त्या घटनांशी पूर्वी कधी सामना केला असेल तर यानंतर पुढे करू शकाल की नाही? तर मग विनाकारण चिंतेचा हा रोग का वाढवायचा? मुळात चिंता करणारी घटना घडणारच नाही. समजा, घडली तर ती इतकी भयानक नसेल, जितकी आपण कल्पना केली असेल. शिवाय ती घटना तितकीच भयानक घडली तरीसुद्धा आपण तशा घटनेशी यापूर्वीच सामना केला आहे, तेव्हा यापुढे सुद्धा कराल, याची खात्री बाळगा. अशाप्रकारे आपण स्वतःलासुद्धा प्रामाणिकपणे विचारू शकलो तर चिंते विरुद्धच्या या कॅसेट्स विरुद्ध क्रमानं (रिवाइंड करून) वारंवार लावत राहतो, चिंतेचं स्वागत करतो, हे समजल्यावर आश्चर्य वाटेल. यामुळे चिंतेविषयी जागृती येऊन चिंतायुक्त

अवस्थेतही आपण चिंतित होणार नाही.

तीन पावलं : एक फॉर्म्युला

पहिलं पाऊल : आपल्या चिंतांवर असा विचार करा, की जास्तीत जास्त काय वाईट होईल?

स्पष्टीकरण : असं चिंतन आपल्याला प्रत्येक घटनेसाठी मानसिक पातळीवर तयार करतं. मग त्या घटना घडल्या अथवा घडल्या नाहीतरी. म्हणजे आपण जेवढी चिंता करतो (९०%) तेवढं प्रत्यक्षात घडतच नाही. ज्यांचा विचार चालू असतो, त्यातील काही घटना तर घडतात पण त्या फक्त १०टक्केच. आपण ९०टक्के घटनांमध्ये, ज्या गोष्टीची चिंता केली होती, वास्तविक ती चिंता नसतेच.

दुसरं पाऊल : आपल्या जीवनात जे वाईट होऊ शकतं, त्याचा प्रथम स्वीकार करा.

स्पष्टीकरण : जी काही वाईट घटना घडू शकते, तिचा स्वीकार करण्याची तयारी असायला हवी. स्वीकार केल्यानं त्याचं दुःख कमी होतं आणि अस्वीकार केल्यानं दुःख अधिक वाढतं.

तिसरं पाऊल : समजा हे तिसरं पाऊल आपण उचललं नाही तर हा फॉर्म्युला अपूर्ण आहे. फॉर्म्युला पूर्ण करण्यासाठी हे पाऊल जरूर उचला. म्हणजेच जेवढं काही वाईट घडू शकतं, ते उरलेल्या वेळेत सुधारण्याचा प्रयत्न करा. जसं, शिंपी फाटलेल्या कपड्याला रफू करतो त्याप्रमाणे आपल्याकडून नुकसान कमी करण्यासाठी जे आवश्यक आहे ते करा.

स्पष्टीकरण : उदाहरणार्थ, लहान मुलाला परीक्षेची भीती वाटते. वेळ कमी आहे, परीक्षा जवळ आली आहे, म्हणून तो चिंताग्रस्त आहे. परंतु त्याला वरील तीन पावलांची माहिती असल्यानं तो पहिलं पाऊल उचलतो आणि जास्तीत जास्त वाईट काय होईल तर नापास होऊ शकतो. पण त्याचा स्वीकार केल्याने त्याला लगेच दिलासा मिळतो आणि शेवटी जो वेळ त्याच्याजवळ शिल्लक आहे त्याचा उपयोग तो चांगला अभ्यास करण्यासाठी करतो. आता त्याला अभ्यास करताना वारंवार नापास होण्याची चिंता वाटत नाही. त्यामुळे त्याचा अभ्यास चांगला होतो. (कारण त्यानं नापास होण्याच्या चिंतेचा स्वीकार केला आहे.) त्यामुळे त्याचा आत्मविश्वास वाढून ज्या अनिष्ट गोष्टीचा त्यानं स्वीकार केला होता, त्या तर झाल्याच नाहीत, हे समजतं.

वर दिलेल्या फॉर्म्युलावरून, ज्या चिंताजनक घटनेसाठी आपण ही तीन पावलं उचलतो, त्या घटना ९९% तर होतच नाहीत.

उपाय ६
चिंतामुक्तीचा वास्तविक उपाय
तथ्यात सत्य

सरासरीचा नियम : चिंता, भ्रम विलीन करा

आई-वडिलांना नेहमीच आपल्या मुलांची चिंता सतावत असते. आपण चिंता केली नाही तर त्यांची जबाबदारी पूर्ण होत नाही असा त्यांचा गैरसमज असतो. आईला वाटतं, की चिंता केल्यानं ती तिचं कर्तव्य बजावत आहे. परंतु तिला हे समजत नाही, खरंतर अशा प्रकारे चिंता करून ती तिच्या मुलांची हानिच करत असते. म्हणून जेव्हा एखाद्या घटनेविषयी चिंतेचे विचार आपल्याला अस्वस्थ करतात, तेव्हा सरासरीचा नियम (Law of Average) उपयोगात आणावा. कारण चिंता विचारांमध्ये असते, तथ्य सत्यामध्ये आणि सत्य तथ्यामध्ये असते.

सरासरीचा नियम चिंतेचं वास्तव समोर आणण्यासाठी वापरायचा आहे. चिंता कितीही भयानक वाटली तरी तथ्य काय आहे, सार काय सांगतं, यावर अधिक लक्ष द्यायला हवं. कदाचित हा नियम बुद्धीपलिकडचा आहे, समजायला अवघड आहे, असं वाटेल. परंतु याचा प्रयोग खूप सहज-सरळ आहे. तो या उदाहरणाद्वारे शिकूया. बाहेर गेलेल्या मुलाबाबत दुर्घटनेचं भय आईला सारखं अस्वस्थ करीत असतं. तेव्हा अनासक्त होऊन तिनं पुढील विचार करावा:

सरासरीचा नियम - एक प्रयोग

* आजपर्यंत किती वेळा मुलगा घराबाहेर गेला आहे?
- जवळ जवळ १००० वेळा.
* किती वेळा जखमी होऊन आला आहे?
- जवळ जवळ ५ वेळा.
* तेव्हा आजच्या दिवसामध्ये जखमी होऊन येण्याची शक्यता किती?
- ०.५%

* हे तर एकदम कमी आहे. इतक्या कमी टक्क्याच्या शक्यतेची चिंता करण्याची गरजच काय?

वरील उदाहरणावरून हे लक्षात घ्या, की इतक्या कमी शक्यतेसाठीसुद्धा लोकांच्या मनामध्ये भय असतं. जर शक्यता ५०% असती तर चिंतित होणं स्वाभाविक होतं, परंतु ०.५% खूप किरकोळ आहे. शेतकरी जेव्हा शेतामध्ये बी पेरतो तेव्हा पीक येण्याची शक्यता ५०%च असते. दुष्काळ पडू शकतो, पूर येऊ शकतो, बी सडू शकतं, कावळे किंवा दुसरे पक्षी, जीव-जंतू बी खाऊ शकतात. कधी-कधी पाऊस पडत नाही किंवा कमी पडतो, गरजेपेक्षा जास्त पडतो असा धोका नेहमी असतोच! पण मुलांच्या अपघाताची शक्यता ०.५% असताना चिंता करण्याची आवश्यकता नाही. अशा प्रकारे आई सरासरीचा नियम अंगीकारून, मोह आणि आसक्तीपासून मुक्त होऊ शकते. बाहेर गेलेल्या आपल्या मुलासाठी चिंता नाही, तर प्रार्थना करू शकते. कारण ही प्रार्थनाच उपयुक्त ठरते, चिंता नाही.

उपाय ७
चिंतामुक्तीचा अतार्किक उपाय
आपल्या चिंतांवर हसायला शिका

मनाच्या अनुकूल परिस्थितीत सगळे हसू शकतात, इतकंच काय एक मूर्ख माणूसदेखील हसू शकतो, यामध्ये विशेष अशी मोठी बाब नाही, परंतु मनासारखं काहीच होत नसतानादेखील हसत राहण्यासाठी साहस हवं. आपले बत्तीस दात सहीसलामत आणि सुंदर आहेत आणि आपण हसत आहात, तरी त्यात काही विशेष नाही. पण आपले समोरचे दात तुटलेले आहेत आणि तरीही आपण मनमुराद हसताय तर हे खरं साहस! प्रत्येक रोगावर हास्यासारखा रामबाण इलाज नाही. परंतु खूप कमी लोक असे आहेत जे आपल्या चिंतेवर हसतात.

समजा, दोन मित्र अभ्यास करत आहेत. एक मित्र लिहिण्याचं काम करतो आहे व दुसरा मित्र तहान लागली म्हणून पाणी पितो. तेव्हा चुकून त्याच्या हातून, पहिल्या मित्राच्या पुस्तकावर पाणी सांडतं. तेव्हा पहिला मित्र म्हणतो, "बरं झालं तू शाई पीत नव्हतास, नाहीतर माझं संपूर्ण पुस्तक खराब झालं असतं ना!" दुसरा मित्र चकित होऊन त्याच्या बोलण्याचा अर्थ विचारतो. तेव्हा पहिला मित्र समजावतो, "हे तर पाणी आहे, वाळून जाईल, समजा तू जर शाई पीत असतास तर माझं सगळं पुस्तक खराब झालं असतं." यावर दोन्ही मित्र हसायला लागतात. हसण्यामुळे वातावरण एकदम हलकं-फुलकं होतं. दोघांमध्ये तणाव राहत नाही. नाहीतर, अशा परिस्थितीमध्ये निश्चितपणे भांडण सुद्धा झालं असतं.

तेव्हा आजपासून आपण हा संकल्प करूया, की चिंतेचा आभास जरी झाला तरी आपण आपल्या चिंतेवर हसणार आहोत! आपल्या चुकांवर हसणं, आपल्या मूर्खपणावर हसणं म्हणजे जखमेवर मलम लावण्यासारखं आहे.

उपाय ८

चिंतामुक्तीचा सामान्य बुद्धियुक्त उपाय

विवेकयुक्त विचार

ईश्वरानं मनुष्याला बुद्धीचं वरदान दिलं आहे. परंतु किती लोक असे आहेत जे आपल्या बुद्धीचा योग्य वापर करतात? बुद्धीचा वापर किती प्रमाणात केला जातो याला महत्त्व नसून आपण आपलं सामान्य ज्ञान (Common Sense), विवेकयुक्त विचार योग्य वेळी, योग्य ठिकाणी, योग्य कार्यामध्ये कशाप्रकारे आचरणात आणतो याला महत्त्व आहे. पण आज काही लोक आपल्या सामान्य ज्ञानाचा वापर करण्यास विसरले आहेत.

उदाहरणार्थ, एका इमारतीला आग लागली. इमारतीच्या चारही बाजूंनी लोकांचा गोंधळ माजला होता. जे आतमध्ये होते, त्यांना वाचवण्याचा प्रयत्न केला जात होता. तेव्हा इमारतीचे दोन चौकीदार खाली सतरंजी घेऊन उभे होते. आपला जीव वाचविण्यासाठी लोक एक-एक करून उड्या मारत होते. शेवटी त्या इमारतीचा मालकसुद्धा उडी मारण्यासाठी आला. जेव्हा चौकीदारांनी मालकाला वरून खाली उडी मारतांना बघितलं. तेव्हा, मालक येत आहेत म्हणून त्यांनी सतरंजी सोडून मालकाला हात जोडून नमस्कार केला. आता आपल्याला समजलं असेलच की मालकाचं काय झालं असेल. हा आहे सामान्यज्ञानाचा अभाव. आता आपण विवेकयुक्त विचारांचा प्रयोग कसा करायचा, हे एका उदाहरणाद्वारें समजून घेऊ.

एका व्यक्तीचं नाव वर्तमानपत्रात आलं. कोणीतरी त्याच्याविषयी वाईट लिहिलं होतं. त्यामुळे तो खूप चिंताग्रस्त होता, अस्वस्थ होता. तो विचार करत होता, 'मी वाईट नसतानाही माझ्याविषयी वर्तमानपत्रात असं कोणी का लिहिलंय?' अशा प्रकारे तो आपल्याशीच बोलत राहिला. जितक्या वेळ तो स्वतःशीच बोलत राहिला, तेवढी त्याची चिंता वाढत गेली. अशा वेळी विवेकयुक्त विचार त्या माणसाच्या मदतीला धावून आला. त्यानं त्याच्या मनाची अस्वस्थता (गोंधळ) दूर केली. मनुष्य विवेकपूर्ण गोष्टी लक्षपूर्वक ऐकू लागला.

विवेक काय सांगतो :

* विवेक ...... पुण्यामध्ये किती लोक वर्तमानपत्र वाचतात?
- व्यक्ती ...... जवळ-जवळ वीस हजार लोक वाचत असतील.
* विवेक ...... त्यातील किती लोक वर्तमानपत्र संपूर्ण वाचतात?
- व्यक्ती ...... समजा, दहा हजार लोक पूर्ण वर्तमानपत्र वाचतात.
* विवेक ...... आता त्यामधील असे किती लोक आहेत, जे तुम्हाला तुमच्या नावानं ओळखतात?
- व्यक्ती ...... समजा, पाच हजार असतील.
* विवेक ...... त्यामधील असे किती लोक असतील, जे तुम्हाला तुमच्या चेहऱ्यावरून सुद्धा ओळखतात?
- व्यक्ती ...... दोन हजार असतील.
* विवेक ...... या दोन हजारमधील असे किती लोक आहेत, जे संपूर्ण वर्तमानपत्र वाचतात, तुम्हालाही ओळखतात आणि जे काल वर्तमानपत्रात वाचलं होतं, ते आजही त्यांना आठवतं?
- व्यक्ती ...... संख्या अजून कमी झाली, कदाचित पाचशेपर्यंत.
* विवेक ...... आता त्या पाचशे लोकांनासुद्धा असं काही वाचलं, हे आठवणारही नाही कारण रोज इतकं वाचलं जातं त्यामुळे सगळ्या गोष्टी लक्षात कशा राहणार?
- व्यक्ती ...... आता माझी चिंता एकदम कमी होऊन गेली. काही थोड्याशा लोकांमुळे एवढी चिंता करण्याची गरज नाही.

अशा प्रकारे विचार करून बघितलं, की इतक्या कमी लोकांसाठी कारण नसताना आपण किती चिंता करतो, तर आपण लगेच सतर्क व्हाल. आपल्या चिंतेविषयी प्रत्येक वेळेस प्रयोग करताना लक्षात येईल, आजपर्यंत जितक्या चिंता केल्या, त्यात खरंच 'चिंता' करण्यासारख्या किती होत्या?

उपाय ९

चिंतामुक्तीचा सतर्क उपाय

आत्मविकासाच्या संकल्पाद्वारे चिंतेवर विजय

१. दैनंदिनी लिहिण्याची सवय लावा. यामध्ये तुम्ही स्वीकारणारी आव्हानं, स्व-विकासासाठी योजलेले उपाय तसंच आराम, सेवा, सुस्ती, भय घालवण्यासाठी तुम्ही करणारं काम याविषयी लिहून ठेवा. आत्मविकासासाठी दैनंदिनी लिहिणं ही एक चांगली सवय आहे. एखाद्या मित्राला यामध्ये सहभागी करून घ्या. जो वेळोवेळी तुम्हाला तुमच्या दैनंदिनीच्या आधारे सावध करून प्रेरणा देईल.

२. रात्री झोपण्यापूर्वी मी आणखी एखादं काम करू शकतो का? हे स्वतःला विचारा आणि ते लगेच करा. हे आरामसीमा तोडण्याचं चांगलं तंत्र आहे.

३. नेहमी नवीन काहीतरी शिकण्याची सवय लावून घ्या. यामुळे शरीर आणि मनाची सुस्ती कमी होते आणि चिंतन करण्याची सवय लागते. चिंतन आपल्याला चिंतेपासून मुक्त करू शकतं.

४. समाजामध्ये बदल घडवून आणण्यासाठी काही सामाजिक कार्य करा. म्हणजे चिंता करण्यासाठी वेळ राहणार नाही.

५. एखादी नवीन कला, छंद शिका. जसं, संगीत, नृत्य किंवा व्यक्तिमत्त्व विकास इत्यादी. त्यामुळे काम करण्याची शक्ती वाढेल. तसेच प्रत्येक दिवसाची सुरुवात उरलेल्या आयुष्याचा पहिला दिवस समजून करा आणि दिवसाचा शेवट आरामसीमा तोडण्यासाठी करा.

६. मनाला एकाग्रतेची शक्ती देण्यासाठी एखाद्या ध्यानविधीत सहभागी व्हा किंवा घरीच ध्यानधारणा करा.

७. दिवसभराच्या कामानंतर, आपली आरामसीमा तोडण्यासाठी, आठवड्यातून एकदा काही वेगवेगळ्या क्षेत्रांतील लोकांना पत्रं लिहा. पत्रव्यवहाराच्या माध्यमातून जगातल्या गोष्टी जाणून घ्या आणि आत्मविकाससुद्धा करा.

८. आळस मोडून काढण्यासाठी रोज आवश्यकता वाटत नसलेली किंवा उद्यावर

ढकलून दिलेली अशी एक-दोन नवीन कामं जरूर करा.

९. टीव्ही, घर, चहा, वर्तमानपत्र यांचा मोह थोडासा कमी करून, आपली आरामसीमा हळूहळू ताणत राहा, तरच आत्मक्रांती होईल. नाहीतर आपल्याला आजपर्यंत जे मिळत आलं आहे तेच पुढेही मिळत राहील.

१०. आपल्या भयाला आव्हान देण्यासाठी एखाद्या अनोळखी व्यक्तीशी बोला. एखाद्या ठिकाणी 'वक्ता' म्हणून निमंत्रण आल्यास त्याचा जरूर स्वीकार करा. मनाला हे तितकंसं चांगलं वाटणार नाही, परंतु हे आव्हान तुमचा विश्वास अधिक वाढवेल.

११. एखाद्या कार्यक्रमाचं आयोजन आपल्या हातात घेऊन बघा, एखाद्या शिबिराचं व्यवस्थापक होऊन बघा. आरामसीमेला आव्हान देण्याची ही चांगली संधी आहे.

१२. वरील दिलेल्या कोणत्याही कामामध्ये यश मिळाल्यानंतर स्वतःला बक्षीस द्या. मग ते छोटेसं आईस्क्रीम किंवा चॉकलेटसुद्धा चालेल.

वर दिलेली कार्ये ही काही उदाहरणं आहेत. (यातील आपल्यासाठी काही निवडा), यांद्वारे आपण आपल्या भयाला आव्हान द्याल, त्यामुळे आपण आळस, सुस्तीतून मुक्त व्हाल. चिंतेशी सामना करण्यासाठी आत्मविश्वास वाढेल आणि आपण आपल्या आरामसीमेविषयी जागरूक व्हाल.

उपाय १०

चिंतामुक्तीचा आधुनिक उपाय

भूतकाळ आणि भविष्यकाळापासून सावधान, बारा राशींचे बना

भारतामध्ये जवळजवळ १०५ कोटी लोक आहेत आणि ज्योतिष विद्येच्या बारा राशी आहेत. ज्यामध्ये एका राशीमध्ये जवळजवळ नऊ कोटी लोक येतात. यातून एक मुख्य गोष्ट लक्षात येते, की फक्त भारतामध्ये नऊ कोटी लोकांचं भविष्य एकसारखं आहे. समजा, संपूर्ण विश्वाचे लोक जमेस धरले तर असे किती लोक असतील, ज्यांचं भविष्य एकसारखंच असेल? परंतु संपूर्ण विश्वामध्ये आपल्यासारखा दुसरा मनुष्य कोणीही नाही, हे लक्षात घ्या.

प्रत्यक्षात असं होतं, की जेव्हा आपण भविष्य वाचून विश्वास ठेवतो; तेव्हा आपले विचार परिणाम घडवतात. मग ते विचार नकारात्मक असोत की सकारात्मक. ज्योतिष विद्येचा परिणाम आयुष्यावर फक्त १० ते १५ टक्के होतो, ९० टक्के परिणाम आपल्या विचारांचा असतो.

यासाठी आपण बारा राशींचं भविष्य वाचून हा प्रयोग करून बघा. ज्या राशीत उत्तम लिहिलेलं असेल ती रास आपल्यासाठी निवडा. या प्रयोगामुळे समजेल, की आपल्यावर विचारांचा परिणाम कसा होतो. या प्रयोगानंतर विचारांचा आपल्यावर प्रभाव पडणार नाही. उलट आपण विचारांना रोखू शकाल. दररोज आपल्यासाठी एक वेगळी रास निवडा. बारा राशींचे बना किंवा सगळ्या राशींपासून मुक्ती मिळवा. यावर जरूर चिंतन करा. कारण चिंतनशील मनुष्य दुर्भाग्याची चिंता करीत नाही, उलट भाग्याची निर्मिती करणाऱ्या उपायांचं चिंतन करतो. अशाप्रकारे आपल्या चेतनेची पातळी वाढवा, मग भाग्य आणि भविष्याची चिंता मिटून जाईल. आध्यात्मिक ज्ञान प्राप्त करणाऱ्या व्यक्तींना भाग्याचं भय आणि भविष्याची चिंता वाटत नाही, याचं कारण हेच आहे.

नक्षत्रांचा परिणाम आपल्यावर होतो का?

नक्षत्रांचा परिणाम आपल्यावर होतो का? आणि जर होत असेल तर तो कितपत होतो? असा प्रश्न जरी पडला तरी त्यामुळे आपलं काम थांबत नाही. कारण नक्षत्रांचा परिणाम आपल्यावर केवळ १०% ते १५% इतकाच होतो. जसं, पृथ्वीच्या

गुरुत्वाकर्षणाचा (Gravity) परिणाम आपल्यावर होतो. परंतु ते आपल्याला बांधून ठेवत नाही. उलटपक्षी त्या परिणामामुळे आपण खूप सारी आव्हानं पेलू शकतो, आविष्कार करतो. म्हणून नक्षत्रांमुळे नाही, तर आपल्या समजेनं (Understanding) व चेतनेनं काम करा.

आपलं भविष्य जाणून घेण्यास उत्सुक राहू नका. ज्योतिष्याकडून समजलेल्या नकारात्मक गोष्टींनी आपला मानसिक तोल ढासळतो. खूप लोकांनी अशा गोष्टींमुळे आपलं वर्तमान (जीवन) उद्ध्वस्त केलं आहे. त्यामुळे आपण आपलं भविष्य स्वतः निवडा. अशा पक्ष्यासारखे पिंजऱ्यामध्ये राहू नका, ज्याला पिंजऱ्याबाहेर आणूनसुद्धा तो पिंजऱ्यातच राहणं पसंत करतो, त्याला मोकळं आकाश आवडत नाही. पण वस्तुस्थिती अशी आहे. आपण तर चिंतांनी इतके बांधले गेलेले असतो परंतु गप्पा मारतो मोकळ्या आकाशाच्या! आकाशाला स्पर्श करायचा असेल तर आपल्या अंतर्यामी सकारात्मक विचार बाळगा आणि मनातून राशींचं भय काढून टाका.

उपाय ११
चिंतामुक्तीचा सामाजिक उपाय
सर्वोत्तम उपाय

जीवनाचे शाश्वत नियम जाणून चिंता नष्ट करा

जीवनाचा एक शाश्वत (न तुटणारा) नियम आहे. 'प्रत्येक गोष्ट बदलत असते .' पण हा नियम सोडून सर्व गोष्टी बदलत असतात. या नियमाचं ज्ञान आपल्याला सुखानंतर येणाऱ्या दुःखात धीर देऊन दुःखानंतर येणाऱ्या सुखामध्ये उत्तेजित होण्यापासून वाचवते, अहंकार वाढू देत नाही.

आपल्या जीवनामध्ये काही बदल झाल्यानंतर आपण चिंतित होतो. बदल होण्यामागील कारणं शोधण्याचा कधी प्रयत्नच करत नाही. परंतु इतरांवर दोषारोप करत राहतो. आयुष्यामध्ये चार मुख्य बदलांमुळे चिंता निर्माण होतात.

१. व्यापारामध्ये (व्यवसायात) बदल :

माणसाच्या जीवनाची सुरुवात तेथूनच होते, जेव्हा तो चाचपडणं सुरू करतो. शिक्षण पूर्ण झाल्यानंतर तो महाविद्यालयातून नोकरीसाठी किंवा व्यवसायासाठी बाहेर पडतो. एखादा व्यवसाय वा नोकरीच्या शोधार्थ तो बाहेर पडतो. त्याला नोकरी मिळते. तो खूप खुश होतो, पैसा मिळत असतो. त्याला वाटतं, जीवनामध्ये सारं काही व्यवस्थित झालं, भविष्याची चिंता तर दूर झाली.

आता त्याचे दिवस ऑफिस-काम-महिन्याला नियमीत पगार असे मजेत जात असतात. याप्रकारे दररोज येणं-जाणं चालू होतं. दिवस अगदी मजेत चालले होते. नंतर अचानक त्याला नोकरीवरून काढून टाकल्याची किंवा दुसऱ्या गावी बदलीची बातमी समजते. तेव्हा तो ही आकस्मिक घटना सहन करू शकत नाही. परिणामी ज्या नोकरीमुळे तो आज इतका खुश होता, ती नोकरीच त्याच्या चिंतेचं कारण बनते.

आणखी एक उदाहरण बघू. बाजारात काही दिवसांपासून मंदीचं वातावरण होतं. कामगारांना नोकरीवरून काढलं जातं, कारखाने बंद होत असतात. यामुळे लोक चिंतित होतात. अशा परिस्थितीत कारखान्यात काम करणाऱ्या कामगारांना प्रत्येक क्षणी ही

चिंता सतावत राहते, की न जाणो आपल्यालाही नोकरीवरून काढलं जाईल. समजा, कंपनी बंद झाली तर? परिणाम काय? चिंताग्रस्तता! त्याचा परिणाम त्यांच्या परिवारावर, मुलांवर, मित्र-नातेवाईक, आजुबाजूंच्या लोकांवर होतो. इथपर्यंतसुद्धा ठीक होते. परंतु एका माणसामुळे या वातावरणाचा परिणाम पुढे संपूर्ण समाज, देश, विश्व यांच्यावर होतो.

२. व्यक्तीमध्ये बदल :

बदलणारा दुसरा पैलू आहे व्यक्ती. ज्यामध्ये नातेसंबंध, सखे-सोबती, मित्र इत्यादींचा समावेश आहे. समजा, आपले नातेवाईक, मित्र जे आपल्याला आवडत होते, ते बदलले, कुठे तरी निघून गेले, त्यांची बदली झाली, कोणाचा मृत्यू किंवा दुर्घटना झाली, तर काही लोक ही घटना सहन करू शकत नाहीत. त्यामुळे त्यांची मानसिक स्थिती टोकाला जाते, जेणेकरून ते मनोरुग्ण बनतात. शिवाय काही लोक असेही असतात, जे एखाद्या परिचित माणसाच्या स्वभावामध्ये परिवर्तन झालं तरी तो बदल स्वीकारू शकत नाहीत. त्यांच्याविषयी आयुष्यभर मनामध्ये द्वेष, तिरस्कार, ईर्षा बाळगतात.

अशा प्रकारे बदलाचा स्वीकार न केल्यानं सुडाच्या भावनेचा जन्म होतो आणि योग्य समज नसल्यामुळे सर्वांत जास्त ते स्वतःचंच नुकसान करतात. परिणामी प्रत्येक क्षणी स्वतःलाच दुःख, भय, द्वेष, ईर्षा, क्रोध यांमध्ये गुरफटून घेतात. खरंतर ही चिंता वाढवण्याची हत्यारं आहेत.

३. वातावरणामध्ये बदल :

वातावरणामध्ये झालेल्या बदलामुळे लोक रडतात. ''अरे! असं का झालं? आतापर्यंत माझं आरोग्य चांगलं होतं, पण आज मी आजारी आहे, दुःखी आहे, अस्वस्थ आहे.'' त्यांना वाटत राहतं, की हे जे काही घडत आहे, त्यासाठी दुसरं कोणीतरी कारणीभूत आहे, मी नाही. अशा समजुतीमुळे ते स्वतःला सुरक्षित मानतात. परंतु त्यांना हे समजत नाही, की ही चुकीची समजूत पुढे जाऊन त्यांच्यासाठी चिंतेचं कारण बनते.

४. वस्तूमध्ये बदल :

बदलणारा चौथा पैलू आहे, वस्तू. मनुष्याला वस्तूंबाबत आसक्ती असते. इतकी आसक्ती असते, की वस्तू हरवण्याचं, खराब होण्याचं किंवा तुटून जाण्याचं भय किंवा त्याची चोरी होण्याची चिंता नेहमीच त्याला सतावत असते, अस्वस्थ करीत असते.

परिवर्तन हा विश्वाचा नियम आहे, ही समज असेल तर चिंतेचं कारण नाही. हे बदललं तर नवीन काही मिळेल...नवीन मित्र होतील... नवीन नाती निर्माण होतील... नवीन नोकरी मिळेल... नवीन कंपन्या उघडतील...नवीन गोष्टींची निर्मिती होईल... हा विश्वास जागृत झाला तर बदल आनंदाचं कारण बनेल; चिंतेचं नाही. नंतर आपण

म्हणाल, "छान झालं. जुन्या गोष्टी निघून गेल्या आणि त्यापेक्षा जास्त चांगलं, नवीन असं काही मिळालं."

बदल कसा स्वीकाराल

तर्क लावू नका, वाद-विवादामध्ये पडू नका

लोक बदलाचं कारण समजून न घेता, बदल का झाला? ही प्रक्रिया केव्हा संपणार? असे तर्क लावत बसतात. हे अनुमान मारुतीच्या शेपटीप्रमाणे लांबत जाऊन छोटे बदलही चिंतेचं कारण बनतात. म्हणून बदल होताच लगेच तर्क करू नका. बदलाचं बाह्य रूप बघून कल्पना करू नका. धीर आणि सहनशीलता ठेवून बदलाकडे बघितलं तर सगळे तर्क खोटे सिद्ध होतील. जर प्रत्येक तर्क, प्रत्येक निर्णय यांची पूर्ण माहिती एकत्र करून घेतली तर प्रत्येक बदलाचा स्वीकार होऊन सगळे निर्णय योग्य सिद्ध होतील.

आता आपण नेहमी बदलाचा स्वीकार करण्याची तयारी ठेवाल. जीवनामध्ये नवीन वळण शोधण्याचा प्रयत्न कराल. आपण विचार कराल, "बदल सुंदर आहे, कारण या बदलाकडे बघण्याची माझी आधीपासूनच तयारी होती." समजा, टेबलावर दुधाचा पेला ठेवला आहे आणि कोणाचा तरी धक्का लागून तो पडला; तर पुढचा प्रश्न हा असेल की, 'आता पुढं काय करायचं?' हे विचारू नका, की 'हा पेला टेबलावर कुणी ठेवला होता? कोणत्या कंपनीचं दूध त्यात होतं, महागाचं होतं की स्वस्तातील होतं?' प्रथम फुटलेल्या ग्लासचे तुकडे बाजूला करायला हवेत. ज्यामुळे दुसऱ्या कोणाच्या पायाला लागून, नवीन समस्या निर्माण व्हायला नकोत. तर्क आणि वादविवाद सोडून प्रथम चिंता दूर करा.

उपाय १२

चिंतामुक्तीचा सकारात्मक उपाय

चिंता – चिंतन – मनन

चिंतेला चिंतनाच्या नजरेतून बघितलं तर त्याच गोष्टी सकारात्मक वाटू लागतात. म्हणून चिंतेकडे बघण्याचा दृष्टिकोन बदला, चिंतनाचा दृष्टिकोन स्वीकारल्याने आपण अपयश कशा प्रकारे स्वीकारतो? सकारात्मक दृष्टिकोन बाळगल्याने अपयश ही यशाची शिडी बनते, म्हणून काही लोकांना अपयश मिळाल्यानंतरही ते जिंकण्याची कला जाणतात. जेणेकरून जगाच्या प्रत्येक क्षेत्रामध्ये त्यांचं स्वागत होतं. असेच लोक समाजामध्ये स्नेहसंबंध, उत्पादकता, तणावरहित आयुष्य आणि कपटमुक्त संबंध वाढवतात. ते सतत ज्ञान व तेजज्ञान मिळवण्याच्या प्रयत्नात असतात. आता बघूयात चिंता (नकारात्मक) काय म्हणते? आणि चिंतन (मनन, सकारात्मक) काय म्हणते?

चिंता : खूप मेहनत करूनही काही नाही मिळालं तर!

चिंतन : खूप मेहनत करून काही मिळालं नाही तर किमान स्वास्थ्य तर वाढेल आणि संधी घ्यायला काय हरकत आहे?

चिंता : जो आनंद मिळाला आहे तो उद्याही राहील की नाही?

चिंतन : जो आनंद मिळाला आहे तो निरंतर राहण्यासाठी काही पद्धती अवश्य असतील, त्या शोधायला हव्यात.

चिंता : जीवनरूपी आरशाला खूप चिरा म्हणजे चिंता आहेत.

चिंतन : आरशाला चिरा पडल्या म्हणून काय झालं? तरीही तो आपला चेहरा दाखवू शकतो.

चिंता : विजेचा दिवा लागताक्षणीच अनेक सावल्या पडतात, त्या आपल्याला घाबरवतात.

चिंतन : दिवा अंधार घालविण्यासाठी लावावा लागतो, अंधाराशी भांडायला नाही.

चिंता : आंब्याचं लोणचं कसं बनवाल? कारण प्रत्येक आंब्यामध्ये एक कोय असते.

चिंतन : आंब्याच्या कोयीलासुद्धा किंमत असते. आपण कोयीपासून नवीन 'झाड' लावू शकतो. या विश्वात कोणतीही गोष्ट अनावश्यक नाही.

चिंता : यापेक्षा अधिक वाईट अवस्था होण्याची शक्यता आहे?

चिंतन : यापेक्षा अधिक आनंदाची शक्यता आहे. आनंद हा आपला स्वभाव आहे.

चिंता : खाणं, हवा, वातावरण सगळं दूषित होत चाललं आहे, माणूस कधीही आजारी पडू शकतो.

चिंतन : आजारातून आपण जेव्हा बरे होतो तेव्हा पहिल्यापेक्षा अधिक सुदृढ होतो. आजार आपल्याला जागरूक करतो.

चिंता : रस्त्यामध्ये संकट, गाडीमध्ये दुर्घटना, विमानाचे अपहरण होऊ शकतं.

चिंतन : ज्या संकटाची किंवा दुर्घटनेची चिंता होत आहे, ते होण्याची शक्यता किती टक्के आहे? सरासरीचा नियम काय सांगतो?

चिंता : समजा असं झालं तर, समजा तसं झालं तर...?

चिंतन : समजा, 'असं आणि तसं एका मगरीप्रमाणे आहे.' या मगरीच्या जबड्यात जाऊन मनुष्य आपली चिता बनवतो.

चिंता : जर आपण हे काम केलं तर यामध्ये धोका आहे. धोका नसलेलं काम करायला हवं.

चिंतन : प्रत्येक मनुष्याला तोलून-मापून धोके स्वीकारता आले तर आपली प्रगती होते आणि आपण पुढेच जाऊ.

चिंता : आजची बातमी काय आहे? खून, दरोडा, मारामाऱ्या (लढाई) आणि हिंसा कुठे होत आहे?

चिंतन : आज कोणकोणतं नवीन तंत्रज्ञान विकसित झालं आहे? आजच्या नवीन बातम्या आपल्याला काय आव्हानं देत आहेत?

चिंता : जो निर्णय मी घेणार आहे, तो बरोबर आहे की चूक? मला तर काही अनुभवही नाही.

चिंतन : निर्णय न घेण्यापेक्षा हे खूप चांगलं आहे, की प्रसंगी चुकीचा निर्णय घेऊनही काही शिका. ज्यांनी चुकीचे निर्णय घेतले, त्यांनीच अनुभव मिळवले आणि योग्य निर्णय घेण्याची कलाही! चुकीचे निर्णय घेतले गेले तरी अनुभव वाढतो.

चिंता : मृत्यू कोणत्याही क्षणी येऊ शकतो, तेव्हा आपली तयारीसुद्धा असणार नाही.

चिंतन : मृत्यू एक दीर्घ (न संपणारी) निद्रा आहे. निद्रा एक छोटा मृत्यू आहे.

मृत्यूपूर्वीच मरायला नको. घाबरून-घाबरून रोज मरण्यापेक्षा जीवनामध्ये फक्त एकदाच मरायला हवं.

चिंता : फुलं किती थोडी आहेत आणि काटे जास्त असं का?

चिंतन : किती आश्चर्याची गोष्ट आहे की इतक्या साऱ्या काट्यांमध्येसुद्धा फुलं उमलतात. बहुतेक त्यांच्या सुरक्षेसाठीच काटे आधीपासूनच जास्त प्रमाणात बनवलेले असणार.

चिंता : अडचणी, समस्या चांगल्या लोकांच्या वाट्याला का येतात?

चिंतन : समस्या येण्यापूर्वीच त्यांच्याशी लढण्याची शक्ती आपल्याला दिली गेली आहे. जसं लहान मूल जन्माला येण्यापूर्वीच त्याच्या दुधाची व्यवस्था निसर्गानं केलेली असते.

चिंता : वाईट लोकांना चांगली फळं का मिळतात?

चिंतन : प्रत्येक वाईट मनुष्यामध्येसुद्धा चांगले गुण असतात. त्यांच्या त्या गुणांचं फळ त्यांना जरूर मिळत असणार. आपण नेहमीच आपलं दुःख आणि दुसऱ्यांचं सुख बघायचं नसतं.

चिंता : भोवताली सगळीकडे सैतानाचं साम्राज्य आहे. आतील व बाहेरील सैतान. त्यांच्या तावडीतून कोण वाचेल?

चिंतन : मी ईश्वराची संपत्ती आहे, मला कोणतीही वाईट शक्ती स्पर्श करू शकणार नाही. (I am God's property, No evil can touch me.)

चिंता : सगळीकडे मान्यता आणि अंधश्रद्धेचं राज्य आहे.

चिंतन : आत्मनिरीक्षणाच्या माध्यमातून आत्मविश्वास आणि तेजविश्वास प्राप्त केला जाऊ शकतो.

चिंता : माहीत नाही आपल्या भाग्यामध्ये काय आहे...? थोडे लोकच भाग्यशाली असतात.

चिंतन : जो भाग्यापासून मुक्त तो भाग्यशाली. सर्वांमध्ये ईश्वर (चैतन्य) असतो. मग भाग्यशाली कोण नाही?

चिंता : मला मृत्यूची चिंता वाटतं आहे.

चिंतन : माझ्या चिंतेचा मृत्यू होत आहे.

उपाय १३

चिंतामुक्ती : मंत्र

दोहोंमध्ये विभागलेलं विश्व

ईश्वरानं आतापर्यंत आपल्याला जे काही दिलंय ते दोन-दोनच्या जोडीमध्ये दिलं आहे. आयुष्यामध्ये परीक्षा, ताण-तणाव, समस्या येतात पण त्याच्याबरोबर काही दुसरंसुद्धा येतं. आयुष्य एकावेळी दोन गोष्टी देत असते. उदाहरणार्थ :

१. परीक्षेबरोबर भय येतं. परीक्षा तर रडत-खडत निघून जाते, परंतु भय मात्र तसंच राहतं आणि नंतर आपण भययुक्त जीवन जगू लागता.

२. अपमान झाला, की अहंकाराला ठेच लागते. पण त्यावेळी जर अहंकाराबाबत काही शिकलो नाही, अपमानाला सन्मानामध्ये बदललं तर पुन्हा जेव्हा कधी अपमान होईल, तेव्हा अहंकाराची जखम आणखीनच चिघळेल. ज्यायोगे अहंकारपूर्ण आयुष्य जगण्याची सवय लागेल.

३. एखाद्याशी शत्रुत्व निर्माण झालं, तिरस्कार निर्माण झाला आणि त्यावेळी तिरस्काराबाबत काहीच न शिकता शत्रूवर मात केली; तर प्रत्येक वेळेस तिरस्काराची आग वाढतच जाईल.

४. जेव्हा रिकामा वेळ मिळतो तेव्हा आपल्याला कंटाळा येतो, रिकामा वेळ तर निघून जातो परंतु 'कंटाळ्याविषयी (Boredom)' आपण काहीही शिकत नाही.

५. मनासारखं काम झालं नाही तर राग येतो, तेव्हा काम तर होतं; पण क्रोधाविषयी आपण काहीच शिकत नाही.

६. समस्या येते तेव्हा तणावसुद्धा येतोच. समस्या तर सोडवली जाते पण तणावासाठी काहीच केलं जात नाही. मग समस्या नसतील तेव्हाही आपण तणावपूर्ण जीवन जगतो पण जोपर्यंत आपण तणावापासून काही शिकत नाही तोपर्यंत आपल्याला शिकवण्यासाठी तणाव येतच राहणार.

जीवनाची समस्या – एक परीक्षा

जीवनाच्या समस्येला एक परीक्षा समजा. जीवन आपल्याला सतत विचारत असतं,

की आपण जे काही शिकतो, त्यामध्ये प्रगती होतोय की नाही? त्यामध्ये आपला विकास होतोय का नाही? हे विचारल्यानंतर आपल्याला आपली समस्या, ही समस्या वाटणारच नाही. कारण येथे एक मंत्रसुद्धा दिला आहे. (प्रथम तो मंत्र वाचा, नंतर त्यावर मनन करा आणि मंत्राच्या उपयोगाची पद्धती वाचा)

'जी समस्या मला नष्ट करत नाही, ती मला अधिकच कणखर बनवते.'

याचाच अर्थ, जी समस्या मारून टाकत नाही, ती आपल्याला अधिक खंबीर बनवते. हा मंत्र वारंवार म्हटल्यानं प्रत्येक छोटी घटना, जी प्रथम अस्वस्थ करीत होती, ती आता आपल्याला अस्वस्थ करणार नाही. जे लोक आपल्या जीवनात या मंत्राचा वापर करीत आहेत, ते प्रत्येक परिस्थितीपासून शिकून प्रत्येक समस्येमध्ये या मंत्राचं उच्चारण करताहेत आणि अधिकच कणखर बनत आहेत.

जेव्हा-जेव्हा समस्या येतील, तेव्हा स्वतःलाच विचारा, "ही समस्या मला संपवून टाकेल का?" समजा उत्तर मिळालं, "नाही." तर मग त्या समस्येमुळे आपण अधिकच कणखर बनल्याचं जाणवेल. जसजसा आपला हा कणखरपणा वाढत जाईल, तसतशी आपली दृढता, आपला विश्वास आपल्याला त्या समस्येतून विकासाकडे घेऊन जाईल. आयुष्यातील प्रत्येक घटनेत ही सतर्कता आपण कशी आणू शकतो हे काही उदाहरणांनी समजूया.

१. समजा, घरी अचानक पाहुणे आले आणि आपल्याला ही एक समस्याच वाटली तर ताबडतोब स्वतःला प्रश्न विचारा, "ही समस्या मला संपवू शकेल का?" जर "नाही," असं उत्तर आलं तर आपण सहजगत्या त्या समस्येतून बाहेर याल आणि पाहुण्यांबरोबर आनंदाचा आस्वाद घेऊ शकाल.

२. कधी आपल्याला साहेबांनी ऑफिसमध्ये बोलावलं आणि मनातून भीती वाटत असेल, तर स्वतःला विचारा, "ही समस्या मला संपवेल का?" जर "नाही," असं उत्तर आलं तर पाहाल की आपण निर्भय होऊन आत जाल आणि शांतपणे साहेबांशी बोलू शकाल. याचाच अर्थ या समस्येनं आपल्याला अधिक मजबूत बनवलं.

३. आपल्याला एखाद्या ठिकाणी लवकर पोहोचायचं आहे पण ट्रॅफिक जॅम आहे. त्यामुळे आपण चिंताग्रस्त, अस्वस्थ झाला आहात. अशावेळी स्वतःला प्रश्न विचारा, "ही समस्या मला संपवेल का?" जर "नाही" असं उत्तर आलं; तर आपल्या लक्षात येईल, की आपली चिंता, विचार, अस्वस्थता कमी झाली असून त्यापरिस्थितीतही आपण शांत राहू शकतो.

अशा प्रकारे कधी आर्थिक अडचण उद्भवली, कधी आजारपण आलं, मानसिक ताण वाढला, शेजाऱ्यांशी भांडण झालं, अशा प्रत्येक लहान-मोठ्या अडचणीत आपण

या मंत्राचा वापर केला तर स्वतःमध्ये मोठं परिवर्तन होत असलेलं जाणवेल. जो वेळ दुःख, चिंता यात व्यतीत होत होता, तोच आता जीवनाचे धडे शिकण्यासाठी, रहस्य जाणण्यासाठी उपयोगात येईल.

प्रत्येक समस्येत एक बक्षीस असतं

हिऱ्याची किंमत त्याला पैलू पाडल्यानंतरच वाढते. भीतीच्या अनुभवातून जाऊनच धाडस प्राप्त करता येतं. ही समज नसेल तर भीती, चिंता, अस्वस्थ करणाऱ्या घटना, जोपर्यंत आपण त्यांच्यापासून योग्य शिकवण घेत नाही तोपर्यंत पुनःपुन्हा घडत राहतील. तिरस्कार पाहिल्यानंतरच प्रेमाची किंमत कळते. ही समज जेव्हा पक्की होईल तेव्हा द्वेष प्रेम कमी करू शकणार नाही आणि तणाव तणाव वाढवणार नाही. त्यानंतर प्रत्येक समस्येमध्ये सामावलेलं बक्षीस तुम्ही पाहू शकाल.

म्हणून हे समजून घ्या, की समस्या आपल्याला अस्वस्थ करण्यासाठी आलेली नसून आपल्या विकासासाठी आलेली आहे. यापुढे जेव्हा कधी समस्या येईल तेव्हा ती, 'ही समस्या नसून कसोटी आहे. ही समस्या कुठल्या पूर्वकर्मामुळे आलेली नसून आपल्या जीवनाला उच्चतम लक्ष्य देण्यासाठी एक संधी बनून आलेली आहे.' ही समज ठेवून ती सोडवाल.

यासाठी प्रत्येकानं स्वतःला विचारावं, की माझ्या जीवनाला अर्थ आहे का? जर उत्तर नाही असं आलं तर स्वतःला एक अर्थ द्या, ध्येय द्या आणि ते प्राप्त करा. आपल्याला खरोखरच जगण्याचा अर्थ समजला तर या जगातील कोणताही त्रास आपल्याला त्रस्त करू शकणार नाही.

आपल्या या ध्येयप्राप्तीच्या मार्गात अनेक अडचणी, संकट उद्भवली तर या मंत्राचं जरूर स्मरण करा. ''ही समस्या मला संपवेल का?'' उत्तर ''होय'' आलं तर समस्या शिल्लक राहतच नाही. पण उत्तर जर ''नाही'' असं आलं तर दुर्बलता नाहीशी होऊन आपण प्रबळ व्हाल.

असं घडताच आपल्या जीवनात सुंदर परिवर्तन घडेल. प्रत्येक घटनेचा योग्य वापर करून घेण्याची कला आत्मसात होईल. कोणत्याही घटनेचं समस्येत होणारं रूपांतर आपण थांबवू शकाल. 'जी समस्या मला मारून टाकत नाही, ती मला आणखी खंबीर बनवते', हा मुक्तिमंत्र मनात सतत घोळवत रहा

उपाय १४
चिंतामुक्तीचा जागृत उपाय
घटनांविषयी जागृती

ईश्वराच्या सृष्टीविषयी जागृती

ईश्वरानं या सृष्टीत कोणाला त्रास होईल किंवा भीती, अस्वस्थता वाटेल अशी कोणतीही गोष्ट निर्माण केली नाही. उलट सर्व गोष्टी विकास आणि प्रगतीसाठीच बनवल्या आहेत. परंतु माणसाची विचारशक्ती मर्यादित असल्यामुळे त्याला दुसरा पैलू दिसतच नाही. तो नेहमी असाच विचार करतो की ईश्वरानं असं का केलं? कोणाला कमी आणि कोणाला जास्त धन, संपत्ती, दुःख, समस्या, चिंता का दिल्या?

समस्यांविषयी जागृती

प्रत्येक दुःखद प्रसंगात, घटनेत किंवा समस्येत एक भेट असते हे जीवनातील वास्तव आहे. दुःख आपल्याला ती भेट देण्यास येतं. दुःखाचा अनुभव घेण्यासाठी, त्यातील भेट ओळखण्यासाठी, दुःखाचा साक्षात्कार होण्यासाठी केवळ समज आणि साहस पाहिजे. समस्या आल्यानंतर त्यात दडलेली भेट ओळखण्याचा दृष्टिकोन आपल्यात असायला हवा.

उदाहरणार्थ, नोकरी करणारा एक माणूस विचार करतो, "मी स्वतःचा व्यवसाय सुरू करावा, एखादा व्यापार करावा, ज्यामुळे अधिक उत्पन्न मिळेल, नोकरीमध्ये काय ठेवलं आहे? आयुष्यभर दुसऱ्यांची गुलामी करायला नको." मग काही महिन्यांनंतर त्याचा मालकाशी वादविवाद होतो, जबरदस्त भांडण झालं आणि त्याला नोकरीवरून काढून टाकलं. अशा अस्वस्थ मनःस्थितीत, त्रस्त अवस्थेत जेव्हा तो घरी पोहोचतो, तेव्हा पत्नीशीसुद्धा त्याचं भांडण होतं. समस्यांनी, संकटांनी त्याला चारही बाजूंनी घेरलं गेलं. अशाप्रकारे खूप उदास, चिंतातूर अवस्थेतच तो घरातून बाहेर पडतो, स्टेशनवर जातो. समोर गाडी उभी होतीच. त्यामध्ये बसून तो दिल्लीला पोहोचतो. दिल्लीमध्ये भटकत असताना त्याला एक जुना मित्र भेटला. मित्रानं त्याला विचारलं, "आजकाल काय करतोस?" त्यानं सांगितलं, "काही नाही." मग मित्र म्हणाला, "माझ्या व्यवसायात तू मला मदत कर. तशीही मला मदतीची नितांत गरज होती, बरं झालं तू

भेटलास.'' मग त्यांनी भागीदारीमध्ये कारभार सुरू केला. पुढे कारभार अगदी जोरात वाढला. त्याच्याजवळ खूप पैसे आले. आता तो विचार करू लागला, ''अरे, आयुष्यात मला हेच तर हवं होतं. बरं झालं माझी पहिली नोकरी सुटली, नाही तर मी आज इथं पोहोचलोच नसतो.''

जीवनाचा दुसरा पैलू

वरील उदाहरणावरून आपल्याला हे समजतं, की आपल्या जीवनामध्ये घटना घडतात त्यामध्ये संकटं, समस्या, अडचणी येतात. मात्र आपण त्यांना एकाच दृष्टिकोनातून बघतो. परंतु आपल्याला त्याचा दुसरा पैलूसुद्धा समजून घ्यायचा आहे. तो म्हणजे समस्या योग्य पद्धतीनं मांडल्यानंतर, ती तेथेच संपून जाते आणि लक्षात येतं, की

आपण स्वतःला जितकं दुःखी समजतो,
तितकं दुःखी आपण कधीही नसतो.
आपण स्वतःला जितकं सुखी समजतो,
त्यापेक्षा नेहमी जास्तच सुखी असतो.

धारणांविषयी जागृती

एक दारुडा बागेच्या कुंपणाबाहेर उभं राहून, कुंपण पकडून, जोरजोरात ओरडत होता ''मला बाहेर काढा, मला घरी जायचं आहे.''

दारुड्याला वाटलं, जणू तो कोणत्या तरी बागेमध्ये बंदिस्त झाला असून त्याला बाहेर जाण्याचा रस्ताच सापडत नाही. त्याची ती धारणा आपण कशी तोडाल? त्याला बाहेर कसं काढाल? कारण, आपल्याला ठाऊक आहे, की त्याच्या समस्या आणि चिंतेचं कारण म्हणजे केवळ एक धारणा आहे. ती धारणा नष्ट होण्यासाठी आपण त्याला सांगाल, ''तू कुठे उभा आहेस? हे अगोदर समजून घे. तुझ्या धारणेची, पूर्वग्रहाची नशा उतरून जाऊ दे, मग तू आपोआप चिंतामुक्त होशील.''

'आपण कोण आहोत' आणि 'आपण कुठे आहोत' हे जर जाणून घेतलं तर आपल्या ९९ टक्के चिंता तात्काळ नाहीशा होतील.

सहज मन, तुलनात्मक मन

मनाचे दोन प्रकार आहेत. सहज मन आणि तुलनात्मक मन (कॉंट्रास्ट मन). तुलनात्मक मन काम बिघडवून टाकतं तर सहज मन योग्य पद्धतीनं काम करतं. पुढे दिलेल्या संवादावरून सहज मन आणि तुलनात्मक मन काय सांगतं ते समजून घेऊ या.

सहज मन : हे ईश्वरीय कार्य आहे (सर्व ईश्वराचंच काम आहे).

तुलनात्मक मन	:	हे सारं माझं कार्य आहे.
सहज मन	:	मला ना सफलतेचा आनंद आहे ना अपयशाचं दुःख!
तुलनात्मक मन	:	वा! माझं यश, बापरे! माझं अपयश...
सहज मन	:	सत्याचा अनुभव करणं माझ्या हातात नाही.
तुलनात्मक मन	:	माझ्यासमोर जर तो अनुभव असेल तरच मी मानेन. (हे खरं आहे, की तुलनात्मक मन जेव्हा बाजूला हटतं, तेव्हा सत्याचा अनुभव होतो.)
सहज मन	:	कार्य शक्य तितकं उत्कृष्ट (Best) करणार!
तुलनात्मक मन	:	कार्य नीट पार पडलं नाही तर काय होईल?
सहज मन	:	सुरुवातीला ज्या चुका झाल्या, त्या आता पुढे करायच्या नाहीत.
तुलनात्मक मन	:	मी अशा मूर्खपणाच्या चुका केल्याच का?
सहज मन	:	सत्याची (ईश्वराची) कल्पना करण्याची गरज नाही.
तुलनात्मक मन	:	ईश्वर मला कोणत्या स्वरूपात दर्शन देईल, मी ते सहन करू शकेन का?
सहज मन	:	आनंद मिळवण्यासाठी, वर्तमानात राहणंच पुरेसं आहे.
तुलनात्मक मन	:	भूतकाळात किती आनंद मिळत होता, भविष्यामध्ये सुख, आनंद मिळेल की नाही, कोणास ठाऊक?
सहज मन	:	काम नसेल तेव्हा विचार करण्याची आवश्यकता नाही.
तुलनात्मक मन	:	विचाराशिवाय माझं काय होणार? अजून हे काम करायचं आहे, ते काम करायचं आहे.
सहज मन	:	मी एका वेळी एकच काम करणार आहे, त्यामुळे माझ्यावर कोणतंही ओझं नाही.
तुलनात्मक मन	:	भविष्यातील सारी कामं आत्ताच करायची आहेत. माझ्यावर केवढं मोठं ओझं, जबाबदारी आहे.
सहज मन	:	सगळी कामं आपोआप (स्वचलित) चालू आहेत.
तुलनात्मक मन	:	कोणतं काम आधी करायचं आहे? आणि मग कोणतं? हे जोपर्यंत मला माहीत होत नाही तोपर्यंत काम सुरू करणार नाही.
सहज मन	:	आयुष्य आनंद आहे, नृत्य आहे, संतोष आहे.

तुलनात्मक मन	:	आयुष्य आनंद आहे पण ही गोष्ट मिळाल्यानंतर किंवा ती समस्या संपल्यानंतरच.
सहज मन	:	आपण सारे एक आहोत.
तुलनात्मक मन	:	मी इतरांपेक्षा वेगळा आहे.
सहज मन	:	सारे काही भरपूर आहे – प्रेम, पैसा, आनंद, जीवन, वेळ (There is enough).
तुलनात्मक मन	:	जगात वस्तू कमी आहेत आणि आपण किती लोक आहोत.

उपाय १५
चिंतामुक्तीचा वैज्ञानिक उपाय

सहज मनानं काम करा

चिंता का करू नये

वैज्ञानिक कारण

संकटकाळामध्ये शरीराच्या सुरक्षेसाठी ग्रंथींद्वारे (Glands) रसायनं तयार केली जातात. जी शरीरामध्ये दुप्पट, तिप्पट शक्ती प्रवाहित करतात आणि मनुष्य संकटामधून बाहेर पडतो. ही व्यवस्था निसर्गाची देणगी आहे.

चिंता करणाऱ्या व्यक्तींमध्येसुद्धा कल्पना करण्यानं रक्तात रसायनं तयार होतात. जसं, लोणच्याविषयी विचार करताक्षणीच आपल्या तोंडाला पाणी सुटतं, त्याच प्रकारे संकटांची कल्पना करताक्षणीच रक्तामध्ये रसायनं तयार होतात. परंतु केवळ कल्पना केल्याने तीचा उपयोग होत नाही. खरंखुरं संकट आलं नसताना ही रसायनं शरीरामध्ये वेदना आणि आजार निर्माण करतात.

चिंता किंवा भयामुळे संपूर्ण शरीराच्या रक्तपेशींमध्ये रसायनं (Chemicals) तयार होतात, ज्यामुळे रक्तामध्ये शक्ती निर्माण होते. अशावेळी लगेच शरीराला काहीतरी कार्यात गुंतवा. कारण त्या वेळेचा योग्य पद्धतीनं वापर केला नाही तर तीच रसायनं पूर्ण शरीरामध्ये दुःख (वेदना) आजार निर्माण करतील. उदाहरणार्थ, समोर वाघ आल्यानंतर एखादा माणूस जसा धावत सुटतो, तसा तो इतर वेळी कधी पळू शकत नाही. कारण त्या वेळी रक्तात आवश्यक रसायनं मिसळलेली नसतात. म्हणूनच चिंता किंवा भयामुळे जेव्हा शरीरात रसायनांची निर्मिती होते त्यावेळी मनाला-शरीराला कोणत्यातरी कामात गुंतवून टाका. काही कामं करणं गरजेचं असो वा नसो, शरीर सतत एखाद्या कामात गुंतवा.

१. घरात साफसफाई किंवा शारीरिक कष्टाचं काम करावं.
२. घरातील उपकरणं, यंत्रं दुरुस्त करण्याचा प्रयत्न करावा.
३. एखादं चित्र काढावं.
४. योगासनं किंवा व्यायाम करावा.

५. घराच्या बागेतील जमीन खुरपून एकसारखी करा. झाडांना पाणी द्या, वगैरे...

अशा प्रकारे शारीरिक काम केल्यानं चिंतेद्वारे उत्पन्न झालेल्या रसायनांचा योग्य उपयोग होऊन शरीराचं कोणतंही नुकसान होणार नाही.

निष्कर्ष : मन ज्यावेळी चिंताग्रस्त असेल, त्यावेळी शारीरिक कष्टाची कामं करावीत.

उपाय १६
चिंतामुक्तीचा स्वस्त उपाय
पैशाच्या समस्येचं खरं कारण

पैशाच्या दुष्टचक्राला समृद्धीचक्र बनवा

काही लोक पैशांचे मालक असतात आणि काही लोकांचा मालक धन असतं. जेव्हा धन आपलं मालक बनतं, तेव्हा बेलगाम मनाप्रमाणे ते तितकंच धोकादायक ठरतं. मन जेव्हा चंचल होतं तेव्हा पैशांची चिंता वाढते. पैशाची चिंता मनुष्याच्या जीवनामध्ये खूप मोठी बाधा (Block) निर्माण करते. मनन, चिंतनानं पैशाची चिंता दूर करा. मनन चिंतनानं पैशाविषयी निष्काळजीपणा, सुस्ती, बचत न करण्याची चुकीची सवयी दूर करा. नाही तर, आपणसुद्धा मनीरामसारखे पैशाच्या दुष्टचक्रामध्ये अडकून जाल.

मनीराम नावाचा मनुष्य सुखात जगत होता. दररोज सकाळी गरम-गरम पेलाभर चहा प्यायचा. एक दिवस चहाबरोबर एक बिस्किट खाण्याची त्याला इच्छा झाली. त्या दिवसापासून रोज बिस्किट खाण्याचा आनंदही तो घेऊ लागला. काही महिन्यांनंतर त्याला पैशाची तंगी भासू लागली. म्हणून मनीराम आणखी पैसे मिळवण्यासाठी कष्ट करू लागला. त्यामुळे त्याची मिळकत वाढली. पैसा वाढताच मनीरामनं चहाबरोबर टोस्ट, सँडविच खाणं सुरू केलं, कारण त्याच्याकडे आता अधिक पैशाचा ओघ सुरू झाला होता.

काही महिन्यांनंतर पुन्हा तेच दुष्टचक्र सुरू झालं. नाष्ट्याला टोस्ट, सँडविच खाऊ लागल्यानं पैशाची तंगी पुन्हा सुरू झाली आणि आणखी कमाईचा मार्ग शोधला जाऊ लागला. पुन्हा मिळकत वाढली पण नाष्ट्याला आमलेट, लोणी, केक येऊ लागल्यामुळे स्वास्थ्य बिघडवून घेण्याबरोबर मनीराम फक्त नावाचाच मनीराम राहिला.

पैशाची समस्या हळूहळू कशी वाढू लागते, याचं हे उदाहरण होतं. यालाच दुष्टचक्र असं ही म्हणतात. यातून निघून आपल्याला समृद्धी चक्रामध्ये जायचं आहे. पैशाच्या समस्येतून कायमची मुक्ती मिळवायची आहे.

निष्काळजीपणा + सुस्ती + चुकीच्या सवयी − समज = पैशाची समस्या.

आपण तर अशा दुष्टचक्रामध्ये फसत नाही ना? आपली लक्ष्मी या दुष्टचक्रामध्ये

आपल्यावर नाराज तर होत नाही ना? मनीरामच्या उदाहरणातून आपण काय शिकलो?

पैशामध्ये अडथळा (Block) टाकू नका :

पैशाच्या प्रवाहामध्ये सर्वांत मोठा अडथळा आहे, पैशाविषयी चिंता! पैशाविषयी चिंतन जेव्हा चिंतेमध्ये बदलतं तेव्हा चिंतेचा विचार आपल्याकडे येणाऱ्या संपत्तीमध्ये अडथळा बनतो.

जीवनामध्ये पैशाचा प्रवाह जितका गरजेचा आहे, तितकाच अडकलेला, थांबलेला पैसा नुकसानकारक आहे, अडथळा आहे. जसं, आपल्या शरीरामध्ये रक्ताभिसरणामुळे रक्त शुद्ध होतं, साफ होतं. पण जेव्हा रक्तामध्ये गाठ निर्माण होते तेव्हा त्याचा परिणाम पूर्ण शरीरावर होतो. त्यामुळे अनेक व्याधी जडतात, हार्ट ॲटॅक येतो. तसं पाहिलं तर रक्त आणि पैसा एकसारखेच आहेत, दोन्ही वाहात राहायला हवेत. समजा, एखाद्यानं रेडिओवरील गाणं ऐकण्यासाठी विविध भारती ट्यून केलं आहे. पण मध्येच त्याला कोणी म्हणतं, 'गाणं नीट ऐकू येत नाही' हे ऐकताच तो बटन फिरवायला सुरुवात करतो, तर तुम्ही त्याला काय म्हणाल, 'तो रेडिओ तर आधीपासून ट्यून होता, उलट तुम्हीच बटन फिरवून तो अनट्यून केलात.' अगदी असंच पैशाच्या बाबतीतदेखील घडत आहे. खरंतर प्रत्येकाकडे पैसा येतच आहे, परंतु लोक मिसट्यून करत आहेत. म्हणजेच ब्लॉक्स टाकत आहेत. पैशाच्या प्रवाहामध्ये कशाप्रकारे अडथळा आणला जातो, हे खालील उदाहरणावरून लक्षात येईल.

एक मनुष्य आपल्या मित्रांना मजेत सांगत होता, ''काल मी सिनेमा बघायला गेलो होतो. तिकीट देणाऱ्यानं चुकून दोन तिकिटं दिल्यानं एक तिकीट मी ब्लॅकनं विकलं. फुकटचा सिनेमा वर वडा-पाव आणि चहाचाही बंदोबस्त झाला, खूप मजा आली.'' दुसरं उदाहरण - एक मनुष्य बसमधून प्रवास करत होता, तो म्हणाला, ''कंडक्टर येण्यापूर्वी माझा स्टॉप आला, मी उतरलो आणि माझे तीन रुपये वाचले.'' म्हणजे त्यानं तीन रुपयांचा अडथळा आपल्या जीवनात टाकला. आता त्याला हे कळत नाही, की त्याचा हा ३ रुपयांचा अडथळा, त्याचे ३० रुपये रोखेल, ३००० रुपये रोखेल की ३०,००० रुपये रोखेल?

आपल्यालासुद्धा या नियमांनुसार काम करायचं आहे, आपल्या आयुष्यात अशा प्रकारचे अडथळे आणायचे नाहीत. समजा चुकूनही असं काही झाले असेल तर आजपासूनच असे अडथळे आणणं बंद करा. ज्याप्रमाणे एक छोटासा दगड जरी पाण्याच्या पाईप लाईनमध्ये आला तरी पाण्याची धार कमी होऊन जाते. त्याचप्रमाणे पैशाच्या प्रवाहामध्ये एक छोटासा अडथळासुद्धा येणाऱ्या पैशाच्या प्रवाहाला रोखू शकतो, थांबवू शकतो. पैसा थांबताक्षणीच पैशाची चिंता आपल्याला होते.

चिंतेपासून जर आपल्याला मुक्ती मिळवायची असेल, तर आजपासूनच आपल्या जीवनातून अशा प्रकारचे दगड काढून टाका. पैशाचा योग्य उपयोग करा, बचत करायला शिका.

बचत करण्याची सवय लावा

एक मनुष्य दररोज शेंगदाणे विकत घ्यायला जायचा आणि शेंगदाणे विकणाऱ्याला नेहमी म्हणायचा, ''मला पैशांची अडचण आहे, पैसे टिकतच नाहीत.'' एक दिवस शेंगदाणेवाल्यानं त्याला पिशवीभरून शेंगदाणे दिले. त्यानं त्याला विचारलं, ''अरे बाबा, हे काय करतोस? मला इतके नकोत.'' शेंगदाणे विकणाऱ्यानं सांगितलं, ''या पिशवीतले सर्व शेंगदाणे तुझेच आहेत.'' तो म्हणाला, ''वेडा झालास की काय... मी रोज चार आण्याचे शेंगदाणे घेऊन जातो, पिशवीभर नाही.'' तेव्हा शेंगदाणेवाल्यानं त्याला समजावून सांगितले, ''यातले सर्व शेंगदाणे तुझेच आहेत. जेव्हा तू चार आण्याचे शेंगदाणे घेत होतास, तेव्हा त्यातील एक-दोन दाणे मी तुझ्या नकळत बाजूला काढून ठेवत होतो. आज त्या एक-दोन दाण्यांनी तुझी ही पिशवी भरून गेली.''

त्या माणसाला खूप आश्चर्य वाटलं, आनंद झाला आणि धक्काही बसला, की खरंच एक-दोन दाणे इतकं मोठं काम करू शकतात! त्या दिवशी त्याला समजलं, की पैसे तर खूप मिळतात पण एक-दोन पैसेसुद्धा आपण वाचवत नाही. त्यामुळे पुढे खूप त्रास होतो. बचत करण्याची सवय, खर्चाची समज आपल्या पैशाची समस्या ८० टक्के कमी करू शकते. आपण कितीही गरीब असलात तरी इच्छा असेल तर थोडीफार बचत करण्याची सवय लावू शकता. 'थेंबे थेंबे तळे साचे' ही म्हण लक्षात ठेवा. तसंच आपला पैसा आपल्यासाठी आणखी पैसे मिळवून देईल, अशी योजना आखा. फक्त खर्च करत राहिलात तर खजिनासुद्धा रिकामा होऊन जातो. दिवसभरात आपल्याकडे आलेल्या सुट्ट्या नाण्यांची जरी बचत केली तर पुढे जाऊन ती बरीच मोठी संपत्ती बनू शकते. कंजूषपणा करणं आणि बचत करणं यांतील फरक समजून घ्या आणि बचत करण्याची चांगली सवय अंगीकारा.

नोट : 'पैसा' हा विषय पूर्ण जाणून घेण्यासाठी वॉव पब्लिशिंग्ज् प्रा. लि. द्वारा प्रकाशित 'ध्यान आणि धन' हे पुस्तक जरूर वाचा.

उपाय १७

चिंतामुक्तीचा आंतरिक उपाय

ध्यानाची दौलत

चिंतेच्या इलाजाचा शोध

ध्यानाची दुर्बीण

चिंतेचं कारण मनुष्याच्या आतमध्येच असल्यामुळे त्याचा इलाज बाहेर होऊ शकत नाही. इलाजाचा शोध ध्यानाच्या दुर्बिणीमधूनच करायला हवा. ध्यानामुळे मनुष्याची चेतना उंचावते ज्यामुळे तो जीवनात योग्य निर्णय घेऊन दुसऱ्यांसाठी चिंतामुक्तीचं कारण बनून स्वतः चिंतामुक्त (आनंदी) राहतो. ध्यान केल्यानं कितीतरी फायदे होतात; जसं निर्णयशक्ती वाढते, विचार आणि शरीराचा मोह सुटतो, संवेदनशीलता वाढते, भावना आणि चिंता यांच्यावरील संयम वाढतो, कार्य करण्याची शक्ती आणि क्षमता वाढते, एकाग्रता आणि स्मरणशक्ती वाढते, याशिवाय वर्तमानात जगणं, जागृती येणं, समस्यांना सोडवण्याची क्षमता वाढणं, शरीर व मन यांना पूर्णपणे आराम व स्वास्थ्य मिळणं या गोष्टीसुद्धा ध्यानामुळे घडतात.

ध्यान करण्याची सवय आजपासूनच लावून घ्या. आपल्या शरीराला तणावरहित करायला शिका. त्यासाठी प्राणायामाचाही उपयोग केला जाऊ शकतो. उदाहरणार्थ, चार आकड्यांमध्ये श्वास घेणं आणि सहा आकड्यांमध्ये श्वास सोडणं. अशा प्रकारे श्वासाला नियंत्रित केलं जातं. जो स्वास्थ्यासाठी आणि शिथिलीकरणासाठी (Relaxation) उपयुक्त आहे. प्राणायाम, शरीरामध्ये ऑक्सिजनचं प्रमाण संतुलित ठेवण्यासाठी आणि शरीरातील कार्बन-डाय-ऑक्साइड काढण्यासाठी उपयुक्त आहे. खाली दिलेले प्रयोगसुध्दा शिथिलीकरणासाठी उपयोगी ठरतील

प्रयोग १ : शिथिलीकरण

१. बसून किंवा झोपून लांब श्वास घेऊन तो हळू-हळू सोडा.

२. आपल्या मनाला आराम देण्यासाठी असं एक दृश्य आपल्या समोर आणा, जे आजपर्यंत सर्वांत प्रिय असेल. उदाहरणार्थ, एखाद्या बागेचं दृश्य, एखाद्या पर्वतावरील

झऱ्याचं दृश्य, एखाद्या समुद्र किनाऱ्याचं दृश्य इत्यादी.

३. आपल्या डोळ्यांना त्या दृश्यामध्ये विहार करू द्या. त्या दृष्यातील वैशिष्ट्यपूर्ण गोष्टींवर लक्ष द्या.

४. जेव्हा आपलं मन ते दृश्य पूर्णपणे बघेल, त्याचा अनुभव घेईल. तेव्हा शरीराचं नीट निरीक्षण करा. समजा एखादा अवयव अजूनही तणावपूर्ण वाटत असला तर त्या अवयवाला ताणून ढिलं सोडा आणि त्या अवयवाला म्हणा, "तणावाला जाऊ देत... जाऊ देत. (रिलॅक्स... रिलॅक्स... रिलॅक्स...)" अशा प्रकारे शरीराचे हात, पाय, खांदे, कंबर, गुडघे आणि डोळे यांवरील तणाव काढा. आपलं शरीर आपलं म्हणणं नक्की ऐकतं. शरीर शिथिलीकरणासाठी हा उपाय प्रभावी आहे. शरीराच्या स्वास्थ्याचा परिणाम मनावर होतो. शरीर जर तणावमुक्त असेल तर मन सहजरीत्या चिंतामुक्त होऊ शकतं. शरीर जर कमजोर आणि तणावाखाली असेल तर चिंता मनामध्ये घर करून बसते. म्हणून अशा प्रकारचा प्रयोग शिका आणि त्याचा रोज अभ्यास करा.

आपण अशा छोट्या-छोट्या प्रयोगांमधून स्वतःला नियंत्रित करू शकता. भारताची क्रिकेट मॅच चालू असताना तुम्ही मधूनच उठून दुसऱ्या कामासाठी जाऊ शकाल का? आपली सर्वांत आवडती गोष्ट तुम्ही दुसऱ्याला देऊ शकता? एकदा जो निर्णय घेतला तो पूर्ण करू शकता? तणावपूर्ण परिस्थितीत तुम्ही कसं वागता? कोणतीही परिस्थिती सहजपणे हाताळू शकता? उपवासामध्येसुद्धा स्वतःवर संयम ठेवू शकता का? ध्यानामुळे हे सहज शक्य होऊ लागतं. कारण ध्यानामुळे एकाग्रतेबरोबरच संकल्पशक्तीसुद्धा वाढते. एकाग्रता वाढल्यानं कोलाहलामध्येसुद्धा आपण शांततेचा अनुभव घेऊ शकतो. खाली काही ध्यानाच्या क्रिया दिल्या आहेत, त्यांचा दररोज अभ्यास करून आपल्या भावनांवर आणि चिंतांवर विजय मिळवा.

प्रयोग २ : श्वासाचं ध्यान

१. ध्यानाच्या योग्य आसनात सरळ परंतु तणावरहित मुद्रेमध्ये बसा.

२. एक-दोन वेळा दीर्घ श्वास घेऊन तो हळूहळू सोडा आणि स्वतःला तणावमुक्त करा.

३. श्वास जसा चालू आहे तसाच चालू राहू द्या. छोटा श्वास असेल किंवा खोल श्वास असेल, सहज, स्वाभाविक जसा असेल तसा चालू द्या. श्वासाला जर नियंत्रित केलं तर ते ध्यान नाही, प्राणायाम होतो.

४. श्वास आत जात आहे की बाहेर येत आहे, हे जाणून घेत राहा. आता आत गेला... आता बाहेर आला... उजव्या नाकपुडीनं... डाव्या नाकपुडीनं की दोन्हीनं इत्यादी.

श्वासाची प्रत्येक दिशा आणि प्रत्येक अवस्था (थंड किंवा गरम श्वास) जाणत राहा.

५. आत आणि बाहेर येणाऱ्या -जाणाऱ्या श्वासावर मन एकाग्र करा. जो श्वास आतमध्ये जात आहे आणि जो श्वास बाहेर येत आहे त्याला जाणा. हा आत गेला... हा बाहेर आला... जसा चालू आहे तसा स्वाभाविक श्वास, सहज श्वास जाणत राहा.

६. कधी श्वास दीर्घ असेल तर कधी कमी. अशाप्रकारे शरीर स्थिर ठेवून प्रत्येक श्वास आणि उच्छ्वास जाणत राहा.

७. २० ते ४५ मिनिटं जशी सुविधा (वेळ) असेल, तसं हे ध्यान करत राहा. काही काळानंतर जेव्हा आपण या ध्यान साधनेत प्रवीण व्हाल तेव्हा श्वासाच्या अंतराळाचं ध्यान करा.

प्रयोग ३ : विचारांचं ध्यान

१. आपले डोळे बंद करून ध्यानाच्या आसनामध्ये बसा (पद्मासन किंवा वज्रासन).

२. आपल्या विचारांकडे बघत राहा. बघा की आपल्या मनामध्ये कोणते विचार चालू आहेत. जसं टीव्हीवर सुरू असलेल्या मालिका, त्यातील घटना आपण टीव्हीबाहेर राहून बघता तसंच आपल्या विचारांना, विचारांपासून वेगळं होऊन बघा.

३. शरीर न हालवता कोणत्या प्रकारचे विचार चालू आहेत, हे लांबून (आसक्त न होता, वेगळं होऊन) जाणत राहा. या ध्यानामध्ये आपण अलिप्त राहून हे लक्षात येईल, की मनामध्ये विचार कसे चालतात, वेगवेगळ्या विषयांवर कोणते विचार चालू असतात.

४. विचारांकडे साक्षीभावानं बघा, जाणत राहा, कोणत्याही विचारांना चांगलं किंवा वाईट म्हणू नका. विचार आणखी पाहिजेत किंवा नको, याचीही इच्छा ठेवू नका.

५. हे ध्यान पाच मिनिटांपासून सुरू करा आणि हळू-हळू याचा वेळ वाढवत जा. या ध्यानात आपण जेव्हा परिपक्व व्हाल तेव्हा विचारांना नंबर देणं सुरू करा.

६. जेव्हा चिंता त्रासदायक वाटू लागतील तेव्हा हे ध्यान लगेच सुरू करा. चिंतेच्या विचारांना आकाशात घोंघावणाऱ्या वादळाप्रमाणे बघा.

टीप : 'ध्यान' सविस्तरपणे जाणून घेण्यासाठी आणि त्याचा पूर्ण लाभ घेण्यासाठी वॉव पब्लिशिंग्ज् द्वारा प्रकाशित पुस्तक 'संपूर्ण ध्यान' जरूर वाचा.

उपाय १८

चिंतामुक्तीचा तात्कालिक उपाय

एक मंत्र आणि एक समज अंगीकारा

मंत्र : मी हे ( ) स्वीकारू शकतो का?

चिंतामुक्तीसाठी एक छोटासा मंत्र आहे. आपण जेव्हा तणावाखाली, चिंतेत असाल, तेव्हा या मंत्राचं फक्त स्मरण करायचं आहे. जेव्हा प्रतिकूल घटना घडतात, दुःख होतं, चिंता वाटते तेव्हा या छोट्या-छोट्या घटनांमुळेदेखील आपली मती कुंठित होते. म्हणून या अवस्थेतून, दुःखातून बाहेर पडण्यासाठी या मंत्राचा वापर करायचा आहे. मंत्र आहे, 'मी हे स्वीकार करू शकतो का?' हे म्हणजे यावेळी जे चालू आहे ते. दोन्ही हात जोडले असता ते ब्रॅकेटचे ( ) प्रतीक आहे. एखादी घटना घडून गेल्यानंतरही त्या घटनेची टोचणी मनात राहते. तेव्हा स्वतःला विचारा, 'मी हे ( ) स्वीकार करू शकतो का?' (हे म्हणजे ती घटना) हे आणखी काही उदाहरणाद्वारे आपण समजून घेऊया. (ज्या ज्या वेळी या मंत्राचं उच्चारण कराल, त्या त्या वेळी आपला अंगठा आणि अनामिक जुळवून सोबतच्या चित्रात दाखवल्याप्रमाणे एक ब्रॅकेट बनवायचं आहे. अशाप्रकारे आपल्या हाताची एक छोटी मुद्रा आपल्याला त्वरित स्वीकाराच्या भावदशेत घेऊन जाईल.

१. समजा, आपण लिफ्टसाठी थांबला आहात. पण लिफ्ट लवकर खाली येत नाही, आपल्याला घाई असल्याने आपण मनातून अस्वस्थ होतो. म्यावेळी स्वतःला विचारा, 'मी हे (लिफ्ट उशिरा खाली येणं) स्वीकारू शकतो का?' उत्तर येईल, 'हो, स्वीकारू शकतो'. उत्तर हो येताच आपल्या मनाला शांती जाणवेल. जो तणाव शरीरात होता तो दूर होईल. जागरूकता नसल्याने, विनाकारण आपण पुनःपुन्हा तणावग्रस्त होतो, संकुचित बनतो.

२. आपण कोणाला तरी फोन करता, बेल वाजते, पण कुणी फोन उचलत नाही. अशावेळी स्वतःला विचारा, ''मी हे (फोन न उचलणं) स्वीकारू शकतो का?'' ''हो, नक्कीच'' असं उत्तर आलं तर आपण वाजत राहणारी बेल निवांतपणे ऐकू शकाल.

३. अशा छोट्या-छोट्या अनेक गोष्टींनी आपण अस्वस्थ होता. एखादी गोष्ट खाली

पडली, प्लेट फुटली तरीसुद्धा आपण अस्वस्थ होता. अशावेळी वरील मंत्र म्हणा 'मी हे ( ) स्वीकार करू शकतो का?' करू शकतो आणि ब्रॅकेटमध्ये प्लेट फुटणं ही घटना टाका.

भीतीचा विचार आला तर तो 'भीतीचा विचार' ब्रॅकेटमध्ये टाकायचा आहे. एखाद्या प्रसंगाची भीती वाटली तर हा मंत्र म्हणा 'मी हे ( ) स्वीकारू शकतो का?' अशाप्रकारे प्राप्त परिस्थितीचा स्वीकार केल्यावर त्या परिस्थितीशी सामना करण्याची शक्ती वाढते. हा छोटासा मंत्र खूप मोठं काम करू शकतो. आपल्या लक्षात येईल, की मंत्र आठवताच १००% छोट्या घटनांमध्ये उत्तर 'हो'च येतं. केवळ आपण स्वतःला विचारलं नाही म्हणून आपण संकुचित होऊन बसतो. आता हा मंत्र म्हटल्यावर संकुचित होऊन जगणार नाही.

अशा प्रकारे लहान घटनांमध्ये या मंत्राचा लाभ व्हायला लागल्यानंतर ९९% मध्यम घटनांमध्येही उत्तर 'हो' च येईल. मध्यम घटना म्हणजे छोटासा अपघात, एखाद्यानं केलेला अपमान इत्यादी. अशावेळी आपण लगेच मानसिक दडपणाखाली जातो. आतून तणाव जाणवतो. त्यावेळी स्वतःला विचारा, 'मी हा अपमान स्वीकारू शकतो का?' ९९ टक्के उत्तर हो असंच येईल, तसं उत्तर येताच आपण लगेच त्या विचारापासून परावृत्त होतो. आपल्या कितीतरी अडचणी सुटतील. फक्त हे स्वतःला विचारायची सवय लावून घ्यायला हवी, 'मी हे स्वीकारू शकतो का?' मग आपण बघाल, सकाळी उठल्यानंतर जरी मनाविरुद्ध काही गोष्टी घडल्या, कोणी टेपरेकॉर्डरचा आवाज मोठा केला, तर स्वतःला विचारा, 'मी हे स्वीकारू शकतो का?'आणि तो आवाज स्वीकार झाला, तर तुम्ही म्हणाल, आता कितीही आवाज येऊ दे. कुत्री भुंकत आहेत, तर भुंकू दे. आम्ही त्यांचं भुंकणं स्वीकार करू शकतो. स्वीकार करताच तुम्ही एक आरामदायी, तणावमुक्त अवस्था अनुभवाल.

तुम्हाला कोणी म्हणालं, ''आता दोन तास इथून अजिबात हालायचं नाही. इथंच बसून राहायचं.'' हे ऐकून जर तुम्ही 'मी हे स्वीकार करू शकतो का?' हा मंत्र उच्चारला, तर अगदी आरामात, आनंदात बसून राहाल. आता सगळी घाईगडबड बंद, असं स्वतःला सांगू शकाल.दोन तास पूर्ण होण्यासाठी आणखी किती वेळ आहे, हे पाहण्यासाठी घड्याळ, मोबाइल पाहणार नाही. कारण या घटनेचा तुम्ही पूर्ण स्वीकार केला आहे. त्या घटनेचा स्वीकार करताच, स्वीकाराचा जो आनंद आहे त्याची अनुभूती घ्याल.

समजा हा मंत्र स्वतःला विचारल्यावर उत्तर आलं, ''नाही, मी स्वीकार करू शकत नाही.'' तर त्या अस्वीकाराचाही स्वीकार कसा करायचा, हे एका उदाहरणावरून समजून घेऊ. जसं, एखाद्याला पाहून आपल्याला वाटलं या माणसाचं तोंडही (चेहरा) मी पाहणार नाही तर स्वतःला विचारा, ''मी या अस्वीकाराचा स्वीकार करू शकतो का?'' जेव्हा आपल्याला फार चिंता वाटत असेल तेव्हा म्हणा ''ठीक आहे, चिंता आहे

पण मी या चिंतेचा स्वीकार करू शकतो का?'' अशाप्रकारे अस्वीकाराचाही स्वीकार केला तर एक नवीन गोष्ट निर्माण होईल. ती म्हणजे, ''मी जसा आहे तसा स्वतःचा स्वीकार करू शकतो का?'' या स्व-स्वीकाराने आनंद होईल. कोणी काळा आहे, गोरा आहे, ठेंगणा आहे, एखाद्याचे दात वाकडे आहेत, अशाप्रकारे ज्यांचा स्वीकार होत नाही. तो या मंत्राद्वारे अस्वीकाराचाही स्वीकार करू शकतो.

काही प्रसंगांमध्ये उत्तरच येत नाही, काही वेळाने पुन्हा विचारा, आता मी याचा स्वीकार करू शकतो का? तेव्हा थोड्या वेळानंतर उत्तर ''हो'' असं येईल. उदाहरणार्थ, एखादी घटना घडली. त्यावेळी तुमचा मानसिक गोंधळ उडालाय. काय करावं काही सुचत नाही. अशा वेळी हा मंत्र उच्चारला आणि उत्तर 'नाही' असं आलं, तरी त्याचादेखील स्वीकार करायचा आहे. काही मिनिटांनंतर किंवा क्वचित काही तासांनंतर उत्तर 'हो' येईल. उत्तर येताच आपल्याला तणावरहित वाटेल.

या मंत्राची शक्ती समजून घ्या. अन्यथा कोणाला वाटेल, येथे सर्वच घटनांचा स्वीकार करण्यास सांगितलं जात आहे, मग आपण अशा घटना सुधारण्याचा प्रयत्नच करायचा नाही का? मुलगा अभ्यास करत नाही, तब्येत चांगली राहात नाही, साहेब बढती देत नाही तर आपण परिस्थिती सुधारण्याचा प्रयत्न करणार की नाही? जरूर करा. पण दोन्ही हात खुले ठेवून. जेव्हा आपण स्वीकार करत नाही तेव्हा समस्या कशी सोडवतो? एक हात पाठीमागे बांधून एका हातानं ती समस्या सोडवतो. हा तर मूर्खपणा आहे. पण सामान्यबुद्धी (कॉमन सेन्स) सांगते, दोन्ही हात मोकळे ठेवून समस्येचा सामना करा. परंतु, त्याचबरोबर असंही म्हणा, ''ठीक आहे, हे अशा प्रकारे होत आहे, मान्य आहे, यापुढे काय करता येईल?'' आणि त्यानंतर त्याप्रमाणे करा. घटना स्वीकारल्यानंतर जो सामना होतो तो सोपा होतो, जोरदार होतो. म्हणून प्रथम स्वीकार करण्याची कला शिका आणि नंतर ती सुधारा. ''मी हे स्वीकार करू शकतो का?'' या मंत्रातच अनेक गोष्टींचा समावेश असेल. पहिलं पाऊल चुकलं तर पुढील सर्व पावलं चुकतील. कारण प्रत्येकाच्या जीवनात विविध घटना घडत असतात. त्या घटना आपल्याला ब्रॅकेटमध्ये टाकायच्या आहेत, ''मी हे स्वीकारू शकतो का?'' असं विचारताच त्या लगेच स्वीकारल्या जातील, त्यांना किनारा मिळणार नाही.

मुलांमध्ये स्वीकारभाव कसा असतो? मुलं ज्यावेळी ट्रेननं प्रवास करतात, गाडी जेव्हा त्यांना पुढे ढकलते तेव्हा ते पुढे येतात आणि गाडी मागे ढकलते तेव्हा ते मागे जातात. ती स्वतःकडून कोणतीही प्रतिक्रिया देत नाहीत, मजेत राहतात. परंतु, मोठी माणसं प्रवास करतात तेव्हा ट्रेन जेव्हा त्यांना पुढे ढकलते तेव्हा ते मागे येतात आणि गाडी मागे ढकलते तेव्हा ते पुढे जातात. अशाप्रकारे संपूर्ण वेळ स्वतःशी संघर्ष करण्यातच ते घालवतात. मोठी माणसं ट्रेनमधून उतरतात तेव्हा त्यांनी दिवसभर काहीही काम केलेलं नसलं तरी ती थकलेली दिसतात. पण मुलं जेव्हा उतरतात तेव्हा ती सुरुवातीइतकीच

ताजीतवानी दिसतात, आनंदित वाटतात. मोठ्या माणसांमध्ये सर्व ठिकाणी अस्वीकारच आढळतो. हे करायचं नाही, ते करायचं नाही, मग थकणार नाही तर काय!

सकाळपासून रात्रीपर्यंत आपल्या मनात अखंड विचारचक्र चालू असतं. अशावेळी कधीतरी ही विचारांची शृंखला मध्येच थांबून स्वतःला, 'मी हे स्वीकारू शकतो का?' असं विचारलं आणि त्यावर, 'स्वीकारू शकतो' असं उत्तर आलं, तर त्यानंतर मिळणारी शांती अलौकिक असेल. घडणारं काम उत्कृष्ट असेल.

जीवनाच्या नदीचे किनारे बनतात म्हणून दुःखाची नदी बनते. किनारे काढून टाकले तर पाणी विलीन होईल. आपल्या अंतःकरणात एवढी जागा आहे, जेणेकरून आपलं सारं दुःख इतकंच नव्हे तर अवघ्या जगाचं दुःखही विलीन होऊ शकतं. केवळ त्या घटनेला रोखल्यामुळे (अस्वीकारामुळे) दुःखांना, विचारांना किनारा मिळतो. संकुचित होताच किनारा मिळतो. आता हा संकुचितपणा कमी होत जाऊन एक नवीन आयुष्य सुरू होतं. त्या नवीन जीवनाबरोबर पुढचं पाऊल उचललं तर सर्व सुखं प्राप्त होऊन आनंद मिळवण्याचं खरं रहस्य प्रकट होईल. जेव्हा कधी एखादी चिंता, कुठला विचार, कोणती घटना, गर्दीमध्ये किंवा अन्यत्र अस्वस्थ करत असेल तेव्हा एकच प्रश्न आपल्याला त्या घटनेमधून बाहेर आणण्यास मदत करील. 'मी हे ( ) स्वीकार करू शकतो का?' आणि त्यानंतर ताबडतोब आपल्याला शांती जाणवेल.

समज – 'मी याला ( ) शिडी बनवू शकतो का?'

घटनेचा स्वीकार हे पहिलं पाऊल आहे तर चिंतामुक्तीचं पुढचं पाऊल आहे, 'मी या घटनेला शिडी बनवू शकतो का? विकासासाठी याचा वापर करू शकतो का? तेजविकास करू शकतो का?' सापशिडीचा खेळ आपल्याला माहिती आहे. शिडी वर जाण्यासाठी असते, तर साप खाली आणण्यासाठी असतो. आता आपण स्वतःला विचारा, 'मी सापाला शिडी बनवू शकतो का?' प्रत्येक साप शिडी बनू शकतो हे समजल्यावर आपल्याला आश्चर्य वाटेल. सत्संगात हेच शिकायला मिळतं.

अध्यात्म शिकवतं, की संसार सापशिडीचा खेळ आहे आणि अध्यात्म आहे सापाला शिडी बनवण्याचे ज्ञान! सापाला शिडी बनवणं म्हणजे नकारात्मक विचार मनात आला तर त्याचाही फायदा कसा घ्यायचा. स्वीकार झाला हे चांगलं आहे. पण 'स्वीकार' हे पहिलं पाऊल आहे. यापुढे देखील एक पाऊल आहे, ते म्हणजे – त्या घटनेतून काही बोध घेणं, काही शिकणं. माणसानं हे पाऊल उचललं, की तो विकासाच्या उद्दिष्टाप्रत पोहोचू शकतो. विकास म्हणजे सापाला शीडी बनवण्याचं ज्ञान. आपल्या जीवनात निराशा, तणाव, चिंता असे जे साप आहेत ते आपल्याला असली आनंदापासून वंचित ठेवतात. वास्तविक आपण त्यांचा खरा आनंद प्राप्त करण्यासाठी शिडी म्हणून उपयोग करू शकतो.

काही लोक जीवनात चिंतातुर असतात, निराश होतात आणि विचार करतात की,

मी निराश का आहे? परंतु त्यांना म्हणावं अभिनंदन! कारण जे लोक निराश होतात तेच शोध घेतात. आपल्या लक्षात येईल, हा तणावच (डिप्रेशन) आपला विकास करत आहे. आपण सत्य समजून घेण्याचा प्रयत्न करीत आहात. जसं, आपण दुःखी का होतो? आपण विचारांना बदलू शकतो का? आपल्या आतच ती चिरंतन गोष्ट आहे का? नसेल तर आपण तिला कुठं शोधणार? कोणत्या दृष्टिकोनातून आयुष्याकडे बघणार? अशा प्रयत्नांनी सत्याचा शोध सुरू होऊ शकतो. म्हणून तणाव आला तर घाबरू नका. तणावाचा तणाव येतो तो चुकीचा आहे. मला तणाव का आला याचीच चिंता काही लोक करतात. राग का आला? क्रोध यायला नको होता, क्रोधावरचा क्रोध आणि चिंतेवरची चिंता करायची नाही. बस्स! नैराश्य आलं आहे तर बघू ते काय करतं, कुठपर्यंत घेऊन जातं? आणि पुढे जाऊन आपण म्हणाल, ''अरे, किती चांगले झालं या नैराश्यामुळे (डिप्रेशन) तर माझा तेजविकास झाला.'' जे व्याकुळ होत नाहीत ते आयुष्यात कोणतंच मोठं काम करू शकत नाहीत, ते सामान्यच राहतात.

म्हणून चिंतेपासून मुक्ती मिळवून त्वरित आनंद मिळवण्यासाठी पहिलं पाऊल उचला. पहिल्या मंत्रावर काम करा. काही लोक भयानं आक्रसून जातात. जेव्हा ते अंधारात जातात, तेव्हा त्यांना कोणी तरी पकडून नेईल अशी भीती वाटते. काही लोक नवीन जागी गेल्यानंतर खूप घाबरतात. अशा लोकांसाठी पुढील मंत्र सांगितला आहे, 'मी ईश्वराची दौलत आहे, मला कोणतीही वाईट शक्ती स्पर्श करू शकत नाही.' "I am God's Property, No evil can touch me". (हा मंत्र तुम्ही कोणत्याही भाषेत उच्चारू शकता.) जे लोक भीतीमुळे मोकळेपणानं वावरू शकत नाहीत, ज्यांच्या मनात खूप भीती आहे, अशा लोकांसाठी हा मंत्र आहे. त्यांनी हा मंत्र वारंवार उच्चारायला हवा. शब्दांमध्ये, मंत्रांमध्ये एक शक्ती असते. पुरातन काली लोक वरदान द्यायचे किंवा शाप द्यायचे ते खरे ठरायचे. 'मी ईश्वराची दौलत आहे, कोणतीही वाईट शक्ती मला स्पर्श करू शकत नाही. कोणतीही चुकीची घटना मला स्पर्श करू शकत नाही' या मंत्राचं वारंवार उच्चारण करत राहिलात, तर ज्या भीतीमुळे तुम्ही आक्रसून गेला होता, ते बंद होईल. तुम्ही अगदी खुलेपणानं जीवन जगू लागाल.

आजपर्यंत काही गोष्टी, घटना किंवा संधी आपल्या आयुष्यात आल्या. त्या कोणता वेश परिधान करून आल्या आहेत यामध्ये अडकू नका. त्या ओळखायला शिका. हे ज्ञान तुमच्यापर्यंत पोहोचलंय, तर आपण त्याचा अधिकाधिक लाभ कसा घेता येईल या दिशेनं विचार करायला हवा. महाआसमानी शिबिरातील हा महामंत्र प्राप्त करण्याची तयारी करायला हवी. महाआसमानी शिबिरानंतर आपला प्रत्येक दिवस वेगळा असेल. त्यानंतर आपण सकाळी दोनदा उठाल. आतापर्यंत आपण एकदाच उठत होता. परंतु महाआसमानी शिबिरामध्ये आपण दोन वेळा उठण्याची कला शिकणार आहोत. त्यानंतर सत्यासोबत राहण्याची कला आपल्याला अवगत होईल.

उपाय १९
चिंतामुक्तीचा प्रार्थनामय उपाय
प्रार्थना एक अद्भुत शक्ती

प्रार्थना करण्यासाठी कधीही उशीर झालेला नसतो.

जीवनातील एखाद्या विचित्र घटनेमध्ये वा अतिशय चिंतादायक स्थितीत जेव्हा आपल्याला कोणताही मार्ग दिसत नसेल, त्यावेळी आपण किमान प्रार्थना तरी करायला हवी. 'It is never too late, to pray.' हे एका उदाहरणावरून आपण जाणून घेऊया.

एका झाडावर काही कबुतरं बसायची. एकदा अचानक त्यांच्यासमोर एक गंभीर संकट उभं राहिलं. एक शिकारी तेथे नियमितपणे येऊन, अचूक नेम साधून काही कबुतरांची शिकार करू लागला. एके दिवशी दोन कबुतरं झाडावर बसली होती. त्यांनी शिकाऱ्याला पाहिलं आणि तेथून दुसरीकडे जाण्याचा विचार केला. परंतु तितक्यात वरती एक घिरट्या घालत असलेली घार त्यांनी पाहिली. दोन्ही कबुतरं घाबरून गेली. कारण तिथेच बसून राहावं, तर शिकारी बाण मारणार आणि उडून जावं, तर घार पकडणार. आता अशा बिकट प्रसंगी काय करावं, याविषयी दोन्ही कबुतरं विचारविनिमय करू लागले. त्यातील एक कबुतर म्हणालं, ''यातून सहिसलामत वाचायचं असेल, तर एकच मार्ग आहे आणि तो म्हणजे प्रार्थना करणं. चल मिळून प्रार्थना करू या.'' त्यावर दुसरं कबुतर म्हणालं, ''आता प्रार्थना करण्याची वेळ निघून गेली आहे.'' त्यावर पहिलं कबुतर म्हणालं, ''प्रार्थना करण्यासाठी कधीही उशीर झालेला नसतो. ज्यावेळी प्रार्थना करायचं लक्षात येईल तत्क्षणी आपण प्रार्थना करायला हवी.'' त्यानंतर दोघांनी त्यांचे जीव वाचावे म्हणून मनोभावे प्रार्थना केली. प्रार्थना झाल्यानंतर त्यांनी पाहिलं, तर शिकारी बाण सोडणार इतक्यात शिकाऱ्याला विंचू चावला. त्यामुळे शिकाऱ्याचा नेम चुकला आणि बाण आकाशात घिरट्या घालत असलेल्या घारीला लागला. त्यासरशी घार मरून पडली. हा प्रार्थनेचाच परिणाम होता. अशाप्रकारे कबुतरांचे दोन्ही शत्रू एकाच वेळी घायाळ झाले.

प्रार्थना करण्यासाठी कधीही उशीर झालेला नसतो, ही समज आपल्यात पूर्णपणे उतरायला हवी. अतिशय बिकट परिस्थितीत प्रार्थना करण्याचा विसर पडू देऊ नका.

प्रार्थना पूर्ण होण्याचं कोणतंही चिन्ह दिसत नसलं, तरी प्रार्थना करत राहा. "It is never too late, to pray."

चिंतेपासून मुक्ती प्राप्त करण्यासाठी प्रार्थनेसारख्या अद्भुत शक्तीचा उपयोग माणसानं चिंता निर्माण होण्यापूर्वीच शिकून घेतला, तर चिंतादायक स्थितीमध्ये पूर्ण श्रद्धेनं, विश्वासानं आणि योग्य रीतीनं प्रार्थना करता येईल.

मी ईश्वराच्या उपस्थितीमध्ये शांत आहे.

मी अखंड शांतीचा अनुभव करत आहे.

ईश्वराद्वारे मी बनवलो गेलोय.

म्हणून शांती, आनंद हा जो ईश्वराचा स्वभाव आहे.

तो माझ्या हृदयात आणि मनामध्ये पूर्णपणे भिनला आहे.

माझ्या अशांतीचं जे काही कारण आहे,

ते त्या परम महाशक्तीच्या सूचीत समाविष्ट नाही.

जसा एखादा दमला-भागला मुलगा आपल्या आईच्या कुशीत विसावतो,

तसाच मी स्वतःला त्याच्या कुशीत अर्पण करतोय.

माझ्या चारी बाजूंनी आनंदाच्या लहरी निर्माण होताहेत.

सर्व बाजूंनी मला शांतीची जाणीव होतेय.

शां... ती... शां... ती... शां... ती...

उपाय २०
चिंतामुक्तीचा अंतिम उपाय
आपल्या चिंता वाढवा

या प्रकरणामध्ये आपण चिंतामुक्तीचा अद्भुत उपाय जाणून घेऊ. हा उपाय म्हणजे, 'विश्वाची चिंता करा.' हे वाचून एखाद्याच्या मनात शंका येईल, 'हा कसला उपाय आहे?' विश्वाची चिंता का करायची? कशी करायची? आणि त्यामुळे आम्हाला काय फायदा होणार? वगैरे-वगैरे. या सर्व प्रश्नांच्या उत्तरांचं सार जाणून घेऊ या.

चिंतामुक्तीचा सर्वोच्च उपाय

आपल्या चिंता वाढवा

आपल्या चिंता वाढवा, इतक्या वाढवा, की साऱ्या विश्वाची चिंता आपल्याला वाटू लागेल. विश्वाच्या चिंतेमध्ये आपली छोटीशी चिंता विलीन होऊन जाईल, नाहीशी होईल. लोककल्याणाच्या चिंतेमध्ये स्वतःचा स्वार्थ आणि चिंता तुच्छ होऊन जातील. इतरांच्या हितामध्येच आपलं हित आहे, हे समजेल.

काही लोक जीवनाचे स्वामी असतात तर काहींचं जीवन त्यांचं मालक असतं. यात फरक काय आहे?

यश आणि अपयश आपल्या सभोवतालीच आहे. आपण रोज वर्तमानपत्र वाचतो, आपले शेजारी काय बोलतात ते ऐकतो, अशाप्रकारे आपल्याला सगळ्या प्रकारचे लोक दिसतील, परंतु त्यामध्ये एक खूप मोठा फरक आहे आणि तो म्हणजे काही लोक आनंदी, यशस्वी असतात तर काही अयशस्वी, दुःखी.

यशस्वी लोकांबाबत असं वाटतं, जणू त्यांना काही विशेष शक्तीची जाण आहे, कारण दुसरे अशा प्रकारे वागतात, जणू प्रत्येक क्षणी ते शिक्षाच भोगत आहेत.

आपण कुठे आहात

आता आपल्या विचार करायचा आहे, आपण कोणत्या प्रकारात येता? आपण तिसऱ्या प्रकारात तर येत नाही? कारण तिसऱ्या प्रकारचे लोक पूर्णतः दुःखी नसतात किंवा पूर्णतः सुखीसुद्धा नसतात, ते नेहमी कुठल्या ना कुठल्या चिंतेने ग्रासलेले असतात. ते पूर्णपणे

आजारी नसले तरी त्यांना सतत काही ना काही आजार किंवा त्रास होत असतो. आपण कुठवर या ज्ञानाची उपेक्षा करणार, स्वत:मधील दडलेल्या शक्तीची अवहेलना करत राहणार.

रचनात्मक सिद्धान्त : (Law)

हा रचनात्मक सिद्धान्त मानवाच्याही आधीपासून अथकपणे काम करीत आला आहे. न बदलता तो एकसारखा कार्य करत आहे, नेहमी काही ना काही तरी निर्माण करीत आला आहे. शिवाय हा सिद्धान्त समाजाच्या प्रत्येक क्षेत्रामध्ये कार्यरत आहे. हा सिद्धान्त समजण्यासाठी आणि त्याला कार्य करण्याची दिशा देण्यासाठी आपल्याला ही तीन पावलं उचलायची आहेत.

तीन पावलं

प्रथम हा सिद्धान्त आपल्याला नीट समजून घ्यायचा आहे. हा नियम कसं काम करतो आणि त्याचा आपल्याला कशाप्रकारे उपयोग करून घ्यायचाय, हे आपण योग्यप्रकारे समजून घ्यायला हवं. समजा, एखाद्याला कार चालवायची असेल, तर त्याला गियर कसा बदलायचा, हे माहीत असायला हवं.

> 'एखादा सिद्धान्त जोपर्यंत आपण जाणून घेत नाही
> तोपर्यंत तो आपला धनी असतो.'

हा सिद्धान्त आपल्या लक्षात येताच तो आपला गुलाम बनतो. कारण तो खोटा ठरू शकत नाही. तो सरळ आणि न बदलणारा सिद्धान्त आहे.

पहिलं पाऊल : सिद्धान्त समजून घेणं

प्रत्येक विचार कार्यान्वित होतो, प्रत्यक्षात घडतो.

हा सिद्धान्त दर्शवतो, प्रत्येक विचार वास्तवामध्ये (Reality) बदलतो. जेव्हा आपण अनंत शक्तीच्या म्हणजे ईश्वरीय विचारांना आपल्या मनामध्ये स्थान देतो, तेव्हा हा सिद्धान्त आपल्यासाठी कार्यरत होतो. म्हणजे आपल्यासाठी ज्या गोष्टी ईश्वरानं बनवलेल्या आहेत, त्या आपल्या आयुष्यात यायला सुरुवात होते. पूर्ण स्वास्थ्य, योग्य व्यवसाय, योग्य ध्येय, प्रेम, दौलत, मुलं, ज्ञान सगळ्या इच्छा पूर्ण व्हायला सुरुवात होते. त्यामुळे मनुष्याला आनंदाची अवस्था प्राप्त होते शिवाय हीच अवस्था इतरांचं चांगलं व्हावं हा विचार करू शकते. असा माणूस विश्वाची चिंता करत असल्याने ती विश्व-चिंता त्याच्या छोट्या चिंतांना सामावून घेते.

जगात काही लोक मजेशीर असतात. असा सिद्धान्त अस्तित्व आहे, हे ते मान्यही करतील, जो त्यांच्या समस्यांचं निवारण करेल. परंतु मनामध्ये असाही विचार करत राहतील, की असं होणं इतकं सोपं नाही. समजा, अशा प्रकारच्या शंका आपल्या मनामध्ये येत असतील तर पहिल्या पावलावर पूर्णपणे काम करा.

'गणती त्या गोष्टीची होते, जी आपण करता,

तिची नाही जी आपल्याला जाणवते.'

या सिद्धान्ताचं सगळ्यांत महत्त्वपूर्ण वैशिष्ट्य म्हणजे तो काम करतोच, भले आपण विश्वास ठेवा किंवा ठेवू नका. हा सिद्धान्त आपल्या विश्वासावर काम करत नाही. तो स्वयंपूर्ण आहे. आपल्या जीवनात या सिद्धान्ताचा उपयोग सुरू व्हावा यासाठी श्रद्धा व विश्वास हवा. त्यासाठी ही प्रार्थना म्हणा.

'हा सिद्धान्त माझ्यासाठी तसाच काम करीत आहे,

जसा तो इतरांसाठी काम करीत आहे,

भलेही ही गोष्ट मी मानत असो वा नसो.'

हे समजून घेण्याची सहज-सरळ पद्धत अशी आहे, की मनुष्य आपल्या मनरूपी नदीमध्ये विहार करतो, जी त्याच्या चारी बाजूला वाहात असते. या प्रवाहात आपले विचार उमटत असतात. जे लगेचच प्रत्यक्षात येतात. कारण या नदीचं काम आहे विचारांना प्रत्यक्षात उतरवणं. मनुष्य जे विचार करतो, ते ही नदी अमलात आणते. या नदीची शक्ती अमर्याद आहे आणि हिच आपल्यातील ईश्वराची कार्यपद्धती आहे.

आपल्याला स्वास्थ्य हवं असेल तर तसेच विचार मनात बाळगा. 'मी स्वस्थ आहे,' असं म्हणा.

ही आहे स्वास्थ्याची किल्ली. आपण आपल्या अर्धवट ज्ञानानं, अज्ञानी मनानं मनन-चिंतन करायचं नाही. परंतु ईश्वर, ज्यानं प्रत्येक गोष्ट बनवली आहे, आपल्याविषयी जो सारखा विचार करीत आहे, त्याच्यापासून आपल्याला हवं ते सारं मिळेल. त्यासाठी आपल्याला एवढंच करायचं आहे, की ईश्वराला यासाठी आपण मदत करायची आहे. बाकी सगळं ही नदी करेलच!

वैज्ञानिक काय विचार करतात

वैज्ञानिक असा विचार करत आहेत, की भविष्यात इलेक्ट्रॉनिक्समधील जास्त संशोधन हे रचनात्मक सिद्धान्त समजून घेण्यासाठी केलं जाईल. डॉक्टरांचं सांगतात, या सिद्धान्ताची माहिती नसल्यामुळेच अनेक व्याधी जडतात. याचाच अर्थ, पुढे जाऊन हा सिद्धान्त औषधांची उणीवसुद्धा भरून काढेल.

ईश्वरी संकल्पनेनुसार आपल्याला पूर्णत्व दिलं आहे. पण आपल्या चुकीच्या धारणांमुळे (मी गरीब, अपूर्ण, व्याधिग्रस्त आहे) आपल्याला असं बनवलं आहे. आपण जसा विश्वास ठेवाल तसे बनाल.

दुसरं पाऊल – रचनात्मक विचार करणं (शुभ विचार)

हॅपी थॉट्स (Happy Thoughts)

आपण नेहमी तेव्हा शुभविचार मनात बाळगा. जेव्हा मनुष्य ईश्वराच्या आज्ञेचं पालन करू लागतो तेव्हा ईश्वरही माणसाच्या आज्ञेचं (इच्छापूर्तीचं) पालन करतो. माणसाला शक्तीसाठी ईश्वराची आवश्यकता आहे आणि ईश्वराला स्वतःची शक्ती व गुण प्रकट करण्यासाठी, अभिव्यक्तीसाठी मानवाची गरज आहे.

आपण आजारी असाल तेव्हा असा विचार करा, माझे विचार ईश्वराच्या विचारांपासून विभक्त झाले असतील म्हणून मला हे आजारपण आलं आहे. अन्यथा माझं स्वास्थ्य चांगलं असतं. यापुढे मी ईश्वरी विचारांनाच शरीरात व मनात प्रवेश देणार आहे.

तिसरं पाऊल – रचनात्मक विचारांचं समर्पण

संपूर्ण समर्पण

तिसऱ्या पावलावर आपल्याला वरवरचे विचार, स्वास्थ्याचे विचार आणि शुभ विचार (Happy Thoughts) त्या रचनात्मक सिद्धान्ताच्या हवाली करायचे आहेत, जो त्या विचारांची पूर्तता करेल. ईश्वर माझ्या माध्यमातून योग्य विचार करीत आहे, जे विचार वरील नियमानुसार फळ देतील.

अशाप्रकारचे विचार मनात आणल्यानंतर आपल्या रोजच्या कामाला लागा अणि बाकी सर्व त्या सिद्धान्तावर सोपवा. यामुळे तो सिद्धान्त कुठल्याही अडथळ्याविना काम करू शकेल. मनात कोणतीही शंका आली तर असा विचार करा :

'मी आता निश्चिंत आहे. कारण आता हे सर्व ईश्वराच्या हाती सोपवलं आहे.

मी आनंदात आहे कारण ईश्वर आता या सगळ्याची काळजी घेत आहे.'

अंतिम घोषणा

'मी माझे विचार ब्रह्मांडात प्रसारित करत आहे. या ब्रह्मांडात या नावाची -------------- (येथे तुमची समस्या लिहा.) कोणतीही समस्या नाही. --------------------- या समस्येशी माझा काहीही संबंध नाही. जी शक्ती मला ब्रह्मांडाच्या चहूबाजूंनी मार्गदर्शन देत आहे, अशा महान शक्तीचा मी स्वीकार करत आहे. (ही शक्ती ब्रह्मांडातील प्रत्येक गोष्टीला मार्गदर्शन करते) मी पूर्णपणे स्वतःला त्या शक्तीच्या स्वाधिन करत आहे.'

सफलता प्राप्त करण्यासाठी ही तीन पावलांची पद्धत बऱ्याच लोकांनी आजमावली

आहे. कित्येक लोकांनी ही तीन पावलं पारखून त्यावर अमल केला आहे. तुम्हालाही जीवनात असफलतेला तिलांजली देऊन सफलता प्राप्त करायची असेल, अशांतीचा त्याग करून शांती प्राप्त करायची असेल, आजारांतून मुक्त होऊन स्वास्थ्य प्राप्त करायचं असेल, तर आजच समज (अंडरस्टॅण्डिंग), शुभ विचार (हॅपी थॉट्स) आणि समर्पण (सरंडरिंग) या तीन पावलांचा अवलंब करा.

'स्वतःची चिंता अधिकाधिक वाढवणं' हा चिंतामुक्तीचा अगदी अखेरचा आणि सर्वोच्च असा उपाय आहे. जितकी चिंता करता येईल तितकी करा. अगदी संपूर्ण विश्वाची चिंता करा.

मनुष्याला जीवनात काही ना काही प्राप्त करायचं असतं. सफलतेच्या शिखरावर पोहोचायचं असतं. त्यासाठी तो अगदी सहज सोप्या पद्धती शोधतो. परंतु 'कार्य कठीण आहे म्हणून ते करण्यायोग्य आहे' हे प्रत्येकानं लक्षात ठेवायला हवं. साधारण कार्य तर कोणीही करू शकेल. त्यात विशेष ते काय? आपण केवळ आपल्या कुटुंबातील सदस्यांनाच आपला परिवार मानतो. खरंतर आपला परिवार हेच त्याचं विश्व असतं. परंतु संपूर्ण विश्वच एक परिवार आहे, ही समज अंगीकारून प्रत्येकानं कार्य करायला हवं. या समजेनं जे कार्य होईल त्यानं तुम्हाला एका निखळ आनंदाची प्राप्ती होईल. इतरांसाठी केलेली सेवा ही खरंतर स्वतःचीच सेवा होईल.

विश्वातील प्रत्येक माणूस असं काही जाणत असतो, जे तुम्ही जाणत नाही. प्रत्येकात काही तरी वैशिष्ट्य दडलेलं असतं. म्हणून प्रत्येकाकडून काही ना काही तरी शिकत राहा. हा संसार एक परिवार आहे. त्यामध्ये सर्वजण एक दुसऱ्याची सेवाच करत आहेत. म्हणून तुम्हाला सुखी व्हायचं असेल, तर दुसरा सुखी आहे की नाही, हे प्रत्येकानं पाहायला हवं. एखादा दुःखी असेल, तर त्याला तुमच्या मधुर वाणीद्वारे काही सांगा, जेणेकरून तो हसू लागेल. हे केलंत, तर एका दिव्यानं दुसरा दिवा प्रज्वलित केल्यासारखं होईल. यानं तुमच्या दिव्यातील तेलही संपणार नाही, की वातही नष्ट होणार नाही. पण एखाद्याच्या घरात प्रकाश मात्र उजळेल. तो काही काळ का होईना चिंतेपासून मुक्त होईल.

❖❖❖

हे पुस्तक वाचल्यानंतर आपला अभिप्राय कृपया या पत्त्यावर अवश्य पाठवा.
Tej Gyan Global Foundation,
Pimpri Colony Post Office,
P. O. Box 25, Pune - 411 017. Maharashtra (India).

एक अल्प परिचय **सरश्री**

स्वीकार मंत्र मुद्रा

सरश्रींचा आध्यात्मिक शोध त्यांच्या बालपणापासूनच सुरू झाला होता. हा शोध सुरू असताना त्यांनी अनेक प्रकारच्या पुस्तकांचा अभ्यास केला. त्याचबरोबर आपल्या आध्यात्मिक शोधात मग्न राहून त्यांनी अनेक ध्यानपद्धतींचा अभ्यास केला. त्यांच्या या शोधाने त्यांना अनेक वैचारिक आणि शैक्षणिक संस्थांमध्ये जाण्यासाठी प्रेरित केले.

सत्यप्राप्तीच्या शोधासाठी जास्तीत-जास्त वेळ देता यावा, या तीव्र इच्छेने त्यांना, ते करत असलेले अध्यापनाचे कार्य त्याग करण्यास प्रवृत्त केले. जीवनाचे रहस्य समजण्यासाठी त्यांनी बराच काळ मनन करून आपले शोधकार्य सतत सुरू ठेवले. या शोधाच्या शेवटी त्यांना 'आत्मबोध' प्राप्त झाला. आत्मसाक्षात्कारानंतर त्यांना जाणवले, की सत्यापर्यंत पोहोचण्याच्या प्रत्येक मार्गांत एकच सुटलेली कडी (मिसिंग लिंक) आहे आणि ती म्हणजे 'समज' (Understanding).

सरश्री म्हणतात, 'सत्यप्राप्तीच्या सर्व मार्गांचा आरंभ वेगवेगळ्या प्रकारे होतो, परंतु सर्वांचा शेवट मात्र 'समजे'ने होतो. ही 'समज'च सर्व काही असून, ती स्वतःच परिपूर्ण आहे. आध्यात्मिक ज्ञान प्राप्तीकरिता या 'समजे'चे श्रवणसुद्धा पुरेसे आहे' हीच 'समज' प्रदान करण्यासाठी सरश्रींनी 'तेजज्ञानाची' निर्मिती केली. तेजज्ञान ही आत्मविकासातून आत्मसाक्षात्कार प्राप्त करण्याची संपूर्ण ज्ञानप्रणाली आहे.

सरश्रींनी दोन हजारांहून अधिक प्रवचन दिले आहेत आणि ऐंशीपेक्षा जास्त पुस्तकांची रचना केली आहे. ही पुस्तके दहापेक्षा अधिक भाषांमध्ये रूपांतरित केली गेली असून, पेंगुइन बुक्स, हे हाऊस पब्लिशर्स, जैको बुक्स, हिंद पॉकेट बुक्स, मंजुल पब्लिशिंग हाऊस, प्रभात प्रकाशन, राजपाल ॲण्ड सन्स इत्यादी प्रमुख प्रकाशन संस्थांद्वारा प्रकाशित केली गेली आहेत. सरश्रींच्या शिकवणीने लाखो लोकांच्या जीवनात परिवर्तन घडलं आहे. तसेच संपूर्ण विश्वाची चेतना वाढविण्यासाठी कित्येक सामाजिक कार्यांची सुरुवातही केली आहे.

तेजज्ञान फाउंडेशन परिचय

तेजज्ञान फाउंडेशन आत्मविकासातून आत्मसाक्षात्कार प्राप्त करण्याचा एक मार्ग आहे. यासाठी सरश्रींद्वारा एक अनोखी बोधप्रणाली (System for Wisdom) निर्माण झाली आहे. या प्रणालीला आंतरराष्ट्रीय प्रमाणपत्राद्वारे ISO 9001:2008 च्या आवश्यकतेनुसार आणि निकष पडताळून सरळ, व्यावहारिक आणि प्रभावी बनवलं गेलं आहे.

या संस्थेच्या प्रबोधनपद्धतीच्या भिन्न पैलूंना (शिक्षण, निरीक्षण आणि गुणवत्ता) स्वतंत्र गुणवत्ता परीक्षकांद्वारे (Quality Auditors) क्रमबद्ध पद्धतीने पडताळलं गेलं. त्यानंतर या पैलूंना ISO 9001:2008 साठी पात्र समजून या बोधपद्धतीला हे प्रमाणपत्र प्रदान करण्यात आलं.

या फाउंडेशनचे लक्ष्य आहे नकारात्मक विचारांकडून सकारात्मक विचारांकडे वाटचाल. सकारात्मक विचारांकडून शुभ विचारांकडे म्हणजे हॅपी थॉट्सकडे प्रगती. शुभ विचारांकडून निर्विचार अवस्थेकडे मार्गक्रमण आणि निर्विचार अवस्थेच्या अंती आत्मसाक्षात्कार प्राप्ती. 'मी सर्व विचारांपासून मुक्त व्हावे' हा विचार म्हणजे शुभ विचार (हॅपी थॉट्स). 'मी प्रत्येक इच्छेपासून मुक्त व्हावे', अशी इच्छा म्हणजे शुभ इच्छा.

तेजज्ञान म्हणजे ज्ञान व अज्ञान या दोहोंच्या पलीकडचे ज्ञान. पुष्कळ लोक सामान्य ज्ञानाच्या (General Knowledge) माहितीलाच ज्ञान मानतात. परंतु अस्सल ज्ञान आणि नुसती माहिती यांत फार मोठे अंतर आहे. आजमितीला लोक सामान्य ज्ञानाच्या उत्तरांनाच जास्त महत्त्व देतात. अशा ज्ञानाचे विषय म्हणजे कर्म आणि भाग्य, योग आणि प्राणायाम, स्वर्ग आणि नरक इत्यादी. आजच्या युगात सामान्यज्ञान प्राप्त करणारे लोक, शिक्षक मोठ्या प्रमाणावर आहेत; परंतु हे ज्ञान ऐकून जीवनात परिवर्तन घडून येत नाही. असे ज्ञान म्हणजे केवळ बुद्धिविलास आहे किंवा अध्यात्माच्या नावावर चाललेला बुद्धीचा व्यायाम आहे.

सर्व समस्यांवरील उपाय आहे तेजज्ञान. क्रोध, चिंता आणि भय यांपासून मुक्त जीवन म्हणजे तेजज्ञान. शारीरिक, मानसिक, सामाजिक, आर्थिक आणि आध्यात्मिक प्रगतीचा, सर्वांगीण प्रगतीचा मार्ग आहे तेजज्ञान. तेजज्ञान आपल्या अंतरंगात आहे. येथे या आणि या गोष्टीचा अनुभव घ्या.

आपल्याला असे ज्ञान हवे आहे, की जे सामान्य ज्ञानापलीकडे आहे, जे प्रत्येक समस्येवरील उत्तर आहे, जे प्रत्येक समजुतीपासून, गृहीत धारणांपासून आपल्याला मुक्त करते, ईश्वरी साक्षात्कार घडविते, अंतिम सत्यात स्थापित करते. आता वेळ आली आहे शाब्दिक, सामान्यज्ञानातून बाहेर येऊन तेजज्ञानाचा अनुभव घेण्याची!

आजवर जप-तप, तंत्र-मंत्र, कर्म-भाग्य, ध्यान-ज्ञान, योग-भक्ती असे अनेक मार्ग अध्यात्मात सांगितले आहेत. या सर्व मार्गांनी प्राप्त होणारी अंतिम समज, अंतिम ज्ञान, बोध एकच आहे. अंतिम सत्याच्या शोधकाला, साधकाला शेवटी जी एकच 'समज' प्राप्त होते, ती 'समज' श्रवणानेसुद्धा प्राप्त होऊ शकते. अशा समजप्राप्तीसाठी श्रवण करणे यालाच तेजज्ञान प्राप्त करणे म्हटले गेले आहे. तेजज्ञानाच्या श्रवणाने सत्याचा साक्षात्कार घडतो, ईश्वरीय अनुभव मिळतो. हेच तेजज्ञान सरश्री महाआसमानी शिबिरात प्रदान करतात.

महाआसमानी शिबिर (निवासी)

आपल्या मनात सत्यप्राप्तीची तृष्णा, आकांक्षा असेल, तर महाआसमानी शिबिरात आपलं स्वागत आहे. येथे या समजेत आपल्याला सहभागी केलं जातं.

महाआसमानी शिबिरात अस्सल अध्यात्म आणि सरळ सत्य यांविषयी तीन भागांत सांगितलं जातं. १) प्रत्येक क्षण वर्तमानात जगणं. वर्तमान म्हणजे न भूतकाळाचं ओझं, न भविष्याची चिंता. २) 'मी कोण आहे' हे अनुभवाने जाणणं. ३) स्वानुभवात स्थापित होणं. हे शिबिर संपूर्णतः सरश्रींच्या मार्गदर्शनावर आधारित आहे.

स्वबोध म्हणजे 'आपण वास्तवात जे आहोत' हे जाणण्यासाठी आलेले सर्व लक्ष्यार्थी महाआसमानी शिबिराचा लाभ घेतात. हे शिबिर वर्षातून सात ते आठ वेळा घेतलं जातं, त्याचा फायदा हजारो लोक आज घेत आहेत.

प्रत्येक सत्यप्रेमीने चेतनेची दौलत वाढविण्यासाठी, तसेच अंतिम सफलता प्राप्त करण्यासाठी हे शिबिर करणं अनिवार्य आहे. महाआसमानी शिबिरात ईश्वरीय ज्ञान (Self Realisation) प्राप्त झाल्यानंतर आपण पूर्वी जसे होता तसे राहात नाही. सर्व काही बदलतं. नकली आनंदापासून दूर राहून आपण खऱ्या आनंदपथावर वाटचाल कराल.

महाआसमानी ज्ञान मिळवण्याची तयारी प्रत्येक सत्यशोधक आपल्या जवळच्या तेजस्थानावर जाऊन करू शकतो. आपण महाआसमानी शिबिराची तयारी फाउंडेशनमध्ये उपलब्ध असलेल्या पुस्तक, सी.डी. आणि कॅसेट्सच्या श्रवणाद्वारे करू शकता. याव्यतिरिक्त टीव्ही आणि रेडिओद्वारे सरश्रींच्या प्रवचनांचा लाभही घेऊ शकता. पण एक गोष्ट मात्र आवर्जून लक्षात ठेवावी लागेल, पुस्तक, कॅसेट्स, टीव्ही, रेडिओवरील प्रवचनं म्हणजे तेजज्ञान नसून केवळ शिबिराचा परिचय आहे. तेजज्ञानाचा आनंद आपण महाआसमानी शिबिरात सहभागी होऊनच मिळवू शकाल.

महाआसमानी शिबिराची तयारी खालील तेजस्थानांवर करून घेतली जाते. पुणे, सांगली, कोपरगाव, बार्शी, सातारा, जळगाव, अहमदाबाद, कोल्हापूर, नाशिक, अहमदनगर, औरंगाबाद, जुनागड, बारामती, मालेगाव, मुंबई, नागपूर, दिल्ली, हैदराबाद, भोपाळ, रायपूर, चेन्नई.

आपण महाआसमानी शिबिरामध्ये भाग घेऊन आपला सत्याचा शोध पूर्ण करू शकता. या शिबिरासाठी भोजन आणि राहण्याची व्यवस्था केली जाते (यासाठी आपल्याला मनन आश्रम, पुणे येथे येऊन राहावे लागते).

आपल्याला जर काही शारीरिक व्याधी असेल आणि तिच्यासाठी आपण नियमितपणे औषध घेत असाल तर कृपया येताना आपली औषधे सोबत आणावी. वातावरणानुसार गरम कपडे, स्वेटर, ब्लँकेटही आणावे.

पुणे सेंटर : (रजिस्टर्ड पत्ता)
विक्रांत कॉम्प्लेक्स, तपोवन मंदिराजवळ, पिंपरी,
पुणे - ४११ ०१७. फोन : 020-27411240, 27412576

मुंबई सेंटर : ५०३, सिद्धी बिल्डिंग, कांदिवली स्टेशनजवळ, अकुर्लीरोड,
कांदिवली ईस्ट, मुंबई - ४०० १०१ फोन : 9322171307

दिल्ली सेंटर : बायहार्ट तेजस्थान, ४४, अनंत राम कॉम्प्लेक्स, सेक्टर १३,
आर. के. पुरम, न्यू दिल्ली - ११० ०६६.
फोन : 011-32951210, 09891059875

आगामी महाआसमानी (निवासी) शिबिरामध्ये आपले स्थान आरक्षित करण्यासाठी त्वरित संपर्क करा - 09921008060, 09011013208

महाआसमानी (निवासी) शिबिर 'मनन आश्रम' येथे आयोजित केले जाते. हा आश्रम पुणे शहराच्या बाह्य क्षेत्रात पर्वत रांगामध्ये आणि असीम नैसर्गिक सौंदर्यामध्ये वसलेला आहे. या आश्रमामध्ये महिलांसाठी व पुरुषांसाठी वेगवेगळी अशी स्वतंत्र व्यवस्था असून एकूण ७०० ते ८०० लोकांच्या निवासाची व्यवस्था आहे. हा आश्रम पुणे शहरापासून १७ कि.मी. अंतरावर आहे. पुण्याला पोहचण्यासाठी महामार्ग, रेल्वे तसेच विमान वाहतूकीची व्यवस्था सहज उपलब्ध आहे.

महाआसमानी (निवासी) शिबिर स्थान

मनन आश्रम, पुणे : सर्व्हे नं. ४३, सणस नगर, नांदोशी गाव, किरकटवाडी फाटा, तालुका - हवेली, जिल्हा - पुणे - ४११ ०२४.
फोन : 020-24321925, 09921008060

सरश्रींना पाहा व ऐका

संस्कार चॅनलवर

सोमवार ते शनिवार संध्या. ६.३५ ते ६.५५ आणि रविवारी संध्या. ८:१० ते ८:३० वाजता

दर मंगळवारी, शुक्रवारी, शनिवारी, रविवारी सकाळी ९:१५ वा. विविध भारती F.M. वर 'तेजविकास मंत्र'.

दर शनिवारी सकाळी ८:५५ वाजता रेडिओ M.W. पुणे वर 'तेजज्ञान इनर पीस अँड ब्यूटी' कार्यक्रम.

नोट : या कार्यक्रमांच्या वेळेत बदल झाल्यास नोंद ठेवावी.

तेजज्ञान फाउंडेशनच्या मुख्य शाखा

- **पुणे :** (रजिस्टर्ड ऑफिस)
  विक्रांत कॉम्प्लेक्स, तपोवन मंदिराजवळ, पिंपरी, पुणे : 411 017.
  फोन : (020) 27412576, 27411240

- **मनन आश्रम :**
  सर्व्हे नं. ४३, सणस नगर, नांदोशी गांव, किरकटवाडी फाटा,
  तालुका : हवेली, जि. पुणे : 411 024. फोन : 09921008060

तेजज्ञान इंटरनेट रेडिओ

तेजज्ञान इंटरनेट रेडिओद्वारे २४ तास ३६५ दिवस, सरश्रींच्या प्रवचन आणि भजनांचा लाभ घ्या. त्यासाठी पाहा लिंक- http://www.tejgyan.org internetradio.aspx

e-book

'The Source', 'Complete Meditation' & 'Self Encounter'
ebooks available on Kindle

Free apps

U R Meditation & Tejgyan Internet Radio on all platforms like Android, iPhone, iPad and Amazon

e-magazine

'Yogya Aarogya' & 'Drushtilakshya'
emagazines available on www.magzter.com

e-mail

mail@tejgyan.com

Website
www.tejgyan.org, www.gethappythoughts.org

---

* नम्र निवेदन *

विश्वशांतीसाठी लाखो लोक दररोज सकाळी आणि रात्री ९:०९ मिनिटांनी प्रार्थना करत आहेत. कृपया, आपणही यामध्ये सहभागी व्हा.

www.ingramcontent.com/pod-product-compliance
Lightning Source LLC
LaVergne TN
LVHW040201080526
838202LV00042B/3260
* 9 7 8 8 1 8 4 1 5 4 8 4 9 *